ഒറ്റയിലത്തണൽ

കവിതകൾ

പ്രശാന്ത് കട്ടച്ചിറ

ആലപ്പുഴ ജില്ലയിലെ മാവേലിക്കര കട്ടച്ചിറ കൊല്ലിരേത്ത് രോഹിണിക്കുട്ടിയുടെയും ഹരിപ്പാട് ഏവൂർ ചക്കാലയിൽ ഭാർഗ്ഗവന്റെയും മകനായി നീലഗിരിയിലെ കൂനൂരിൽ 1969-ൽ ജനിച്ചു. യുഎഇ, യമൻ എന്നിവിടങ്ങളിൽ ഹ്രസ്വകാലത്തെ പ്രവാസ ജീവിതം. നാല് തിരക്കഥകൾ പൂർത്തീകരിച്ചു. കഥ, കവിത, സംഗീതം എന്നീ മേഖലകളിൽ സജീവം.

ഭാര്യ : ലക്ഷ്മി (നഴ്സ്, കുവൈറ്റ്)

മകൾ : ഹരിപ്രിയ (ചെന്നൈ)

വിലാസം: കൊല്ലിരേത്ത്, കട്ടച്ചിറ, പള്ളിക്കൽ പി ഓ,
ആലപ്പുഴ ജില്ല - 690 503
ഫോൺ: 8113833889
priyadijit2017@gmail.com

ഒറ്റയിലത്തണൽ

കവിതകൾ

പ്രശാന്ത് കട്ടച്ചിറ

ബോധി ബുക്സ്

BODHI BOOKS
Pathiyoor P.O, Keerikad, Kayamkulam,
Alappuzha-690 508 Kerala, India
E-mail: bodhibooks2022@gmail.com
Tel: 9447304886

Title: **Ottayilathanal**
Category: Poetry

First Published by Bodhi Books in June 2023

Book Design @ Suman Graphics, Tvm -14
Cover Design: Rajesh Chalode
Typesetting: Bodhi
Illustrations: Artist Suresh Kayamkulam

ISBN 978-81-959645-4-3

Production No. B-B-117-1-150-07-23

പ്രസാധകക്കുറിപ്പ്

അനുദിനം ഭാവുകത്വമാറ്റങ്ങൾ സംഭവിച്ചുകൊണ്ടിരിക്കുന്ന ഒരു ആഖ്യാനരൂപമാണ് കവിത. പദസമ്പത്തും കയ്യടക്കവും പ്രതിഭയും മേളിക്കുമ്പോൾ കവിക്ക് സ്വന്തമായ സ്വരം കേൾപ്പിക്കാനാവുന്നു. പ്രശാന്ത് കട്ടച്ചിറയുടെ കവിതകൾ ഇത്തരം സിദ്ധികളാൽ അനുഗൃഹീതമാണ്.

വായനക്കാരുടെ ഹൃദയത്തെ കൊളുത്തിവലിക്കുന്ന നാടകീയ മുഹൂർത്തങ്ങൾകൊണ്ട് സമ്പന്നമായ ഒരു കവിതാസമാഹാരമാണ് പ്രശാന്ത് കട്ടച്ചിറയുടെ ഒറ്റയിലത്തണൽ.

പ്രണയത്തിന്റെ വ്യത്യസ്ത ഭാവങ്ങളെ ആവിഷ്കരിക്കാൻ ശ്രമിക്കുമ്പോഴും, അതിലുമപ്പുറം ഉയർന്ന് ഗഹനങ്ങളായ വിചാരശകലങ്ങളെയും സഹൃദയരുടെ ശ്രദ്ധയിലേക്ക് കൊണ്ടുവരാൻ ഈ കവിതകൾ ശ്രമിക്കുന്നുണ്ട്.

പ്രശാന്ത് കട്ടച്ചിറയുടെ ആദ്യസമാഹാരമാണിത്. നൂറു കവിതകളാണ് ഇതിൽ ഉൾപ്പെടുന്നത്. നമ്മുടെ മഹത്തായ കാവ്യപാരമ്പര്യത്തെ പിൻപറ്റുന്നതോടൊപ്പം ആധുനികതയെ എത്തിപ്പിടിക്കാനുള്ള പരിശ്രമവും ഇതിൽ കാണാം.

ഈ കവിതകൾ വായനക്കാരനെ നിരാശപ്പെടുത്തുകയില്ലെന്ന് ഞങ്ങൾക്ക് ഉറപ്പുണ്ട്. അഭിമാനത്തോടെ ഒറ്റയിലത്തണൽ കൈരളിക്ക് സമർപ്പിക്കുന്നു.

അമ്മയുടെ
ഓർമ്മകൾക്കു
മുന്നിൽ...

ആമുഖം

പ്രശാന്തിൽ നിന്നും എന്റെ ഗ്രാമത്തിന്റെ പേരിനൊപ്പം ചേർന്നു നിന്ന് പ്രശാന്ത് കട്ടച്ചിറയാകാനുള്ള ദൂരം ഒരുപാടായിരുന്നു. എന്റെ സർവ്വസ്വവുമായ അമ്മ പകർന്നു നൽകിയ അക്ഷരങ്ങളുടെ കൂട്ടുപിടിച്ച് ചെറുപ്രായത്തിൽ കുത്തിക്കുറിച്ചതൊക്കെ ആദ്യംകണ്ടിരുന്നത് ജ്യേഷ്ഠസഹോദരനായ ശ്രീ. വിനോദ് കട്ടച്ചിറയായിരുന്നു. എൺപതുകളുടെ തുടക്കത്തിൽ അദ്ദേഹം വെച്ചുനീട്ടിയ പുസ്തകങ്ങൾക്കും വാരികകൾക്കുമൊപ്പം, എന്റെ നാടിന്റെ അക്ഷരക്കലവറയായിരുന്ന സുഭാഷ് ഗ്രന്ഥശാലയും കൂട്ടിനുവന്നപ്പോൾ, എഴുതുവാനുള്ള ത്വര എന്നിൽ അങ്കുരിക്കാൻ തുടങ്ങി. ഇന്നിപ്പോൾ ഒറ്റയിലത്തണൽ എന്ന സ്വപ്നപുസ്തകം പ്രിയപ്പെട്ടവരിലേയ്ക്കെത്തുമ്പോൾ, എന്റെ ആദ്യത്തെ കഥ എഴുതിവന്ന ചെറുപ്പകാലത്തെ കൈയ്യെഴുത്തുമാസിക ഉൺമയോടും, പിന്നീടിങ്ങോട്ട് കാലങ്ങളുടെ മാറ്റുകൂട്ടലിൽ എന്റെ എഴുത്തിനെ ഹൃദയപൂർവ്വം പ്രോൽസാഹിപ്പിച്ച് പുസ്തകം എന്ന യാഥാർത്ഥ്യത്തിലേക്ക് നയിച്ച ശ്രീ. അജിത്ത് മഞ്ഞാടിത്തറ, മറ്റ് സുഹൃത്തുക്കൾ, ഒപ്പം, എന്റെ കുടുംബാംഗങ്ങളോട് - സഹോദരനും, സഹോദരിമാരും, മക്കളും, ഭാര്യയും അടക്കം - എല്ലാവരോടും കടപ്പെട്ടിരിക്കുന്നു.

കൂടാതെ, എന്റെ എഴുത്തുകളെ കോർത്തിണക്കിത്തന്ന ശ്രീമതി രഞ്ജിനി രവീന്ദ്രൻ, ഈ പുസ്തകസാക്ഷാത്കാരത്തിനു വേണ്ട എല്ലാ സഹായവും ചെയ്തുതന്ന ശ്രീ. ഹരികുമാർ ഇളയിടത്തിനും ബോധി ബുക്സിനും നന്ദിയറിക്കുന്നു.

മനോഹരമായ വരകൾകൊണ്ട് എന്റെ ഹൃദയാക്ഷരങ്ങൾക്ക് പ്രാണൻപകർന്ന പ്രിയ സുഹൃത്ത് ആർട്ടിസ്റ്റ് സുരേഷിനോടുള്ള സ്നേഹവും കടപ്പാടും ഇവിടെ കുറിക്കുന്നു.

എല്ലാത്തിനുമുപരി നിറഞ്ഞ സ്നേഹത്തോടെ ഒറ്റയിലത്തണലിന് അവതാരിക എഴുതി തന്ന മംഗളം വാരികയുടെ എഡിറ്റർ ശ്രീ സജിൽ

ശ്രീധറിനോടുള്ള ആദരവ് എക്കാലവും ഹൃദയത്തിൽ സൂക്ഷിക്കും..!

എന്റെ എഴുത്തുവഴികളിൽ പ്രചോദനമായ, ഫെയ്സ്ബുക്കിൽ കൂടിയും അല്ലാതെയും കൂടെ നിൽക്കുന്ന, എല്ലാ പ്രിയപ്പെട്ടവരേയും ഹൃദയപൂർവ്വം ഓർത്തുകൊണ്ട്...

ഇനിയുള്ള വഴികളിലും കൂടെയുണ്ടാകണമെന്ന പ്രാർത്ഥനയോടെ, എന്റെ അക്ഷരജ്വാലയായ അമ്മയ്ക്കു മുന്നിൽ സമർപ്പിക്കുന്നു, ഈ ഒറ്റയിലത്തണൽ!

സസ്നേഹം,

പ്രശാന്ത് കട്ടച്ചിറ

അവതാരിക

മലയാള കാവ്യസരണിയിൽ കഴിഞ്ഞ ഏതാനും ദശകങ്ങളായി വന്ന പരിണാമങ്ങളിൽ പ്രധാനം വൃത്തനിബദ്ധത അടക്കമുള്ള ലാക്ഷണികവും സാങ്കേതികവുമായ ചിട്ടവട്ടങ്ങളെ അതിജീവിച്ച് കവിത സ്രഷ്ടാവിന്റെ സ്വാതന്ത്ര്യത്തിന്റെ അനന്തവിഹായസിലൂടെ പറന്നുയരാൻ നടത്തിയ വിപ്ലവാത്മകമായ ശ്രമങ്ങളാണ്. സ്വാഭാവികമായും ഈ കാവ്യസമീപനത്തിന് നിരവധി അനുകർത്താക്കളുണ്ടായി. ഇപ്പോഴും അത് അനുസ്യൂതം തുടരുന്നു. പ്രശാന്ത് കട്ടച്ചിറ എന്ന കവിയുടെ ഈ സമാഹാരവും കവിതയുടെ പരമ്പാഗത സങ്കൽപ്പങ്ങളെ നിരാകരിച്ച് ആശയസമ്പുഷ്ടതയുടെയും ഭാഷാപരമായ ലാവണ്യത്തിന്റെയും ചുവടുപിടിച്ച് അനശ്വരതയെ സ്പർശിക്കാനുള്ള ധീരശ്രമമാണ്, പ്രാഥമികമായി.

എന്ത് പറയുന്നു, എങ്ങനെ പറയുന്നു, എന്നതാണല്ലോ അടിസ്ഥാനപരമായി ഏത് കലാരൂപത്തെ സംബന്ധിച്ചും ഏറ്റവും കാതലായ വസ്തുത.

ഈ യാഥാർത്ഥ്യത്തെ മുറുകെപ്പിടിച്ച് ചിരപരിചിതമെന്ന് നമുക്ക് തോന്നാനിടയുള്ള ചില ജീവിതസത്യങ്ങളെയും സന്ദർഭങ്ങളെയും മുഹൂർത്തങ്ങളെയും ഭാവനയുടെ ലാവണ്യാനുഭവങ്ങളുമായി സമന്വയിപ്പിച്ച് നൂതനമായ വിതാനത്തിലേക്ക് ഉയർത്താനുള്ള കവിയുടെ ശ്രമം ശ്ലാഘനീയമാണെന്ന് പറയാതെ വയ്യ. കൈയടക്കവും കൈയൊതുക്കയും പദങ്ങളുടെ ഔചിത്യപൂർണ്ണമായ വിന്ന്യാസവും ശിൽപ്പഭദ്രതയും അടക്കം ഈ കവിതകളിൽ കാണാം. അതുകൊണ്ട് തന്നെ മികച്ച കലാനുഭൂതി പ്രദാനം ചെയ്യാൻ പ്രശാന്തിന്റെ കാവ്യശകലങ്ങൾക്ക് കഴിയുന്നു.

ഈ സമാഹാരത്തിലെ ഒട്ടനവധിയായ കവിതകളെ സസൂക്ഷ്മം വിലയിരുത്തുക എന്നത് സ്ഥലപരിമിതി അനുവദിക്കുന്നില്ല. ഏതാനും ചില രചനകളിലൂടെ പ്രശാന്തിന്റെ രചനാവൈഭവം അപഗ്രഥിക്കാവു

ന്നതാണ്. കടൽജലത്തിന്റെ മേന്മയറിയാൻ ഒരു കൈക്കുമ്പിൾ വെള്ളം ധാരാളം മതിയാവുമല്ലോ?

വൺവേട്രാഫിക്ക് എന്ന് നാം പരക്കെ വിശേഷിപ്പിക്കുന്ന ഏകപക്ഷീയ പ്രണയത്തിന്റെ മാസ്മരികാനുഭൂതികളെ അദ്ദേഹം കവിതയുടെ ചിമിഴിൽ ഒതുക്കുന്നത് അങ്ങേയറ്റം കൗതുകകരമായി തോന്നി. പ്രണയത്തിന് പാത്രീഭവിക്കുന്ന വ്യക്തി പോലും അറിയാതെ ആ വ്യക്തിയോടുള്ള അദമ്യമായ പ്രണയം ഉള്ളിൽ കൊണ്ടുനടന്ന് താലോലിക്കുന്നതിന്റെ സുഖദാനുഭവം പ്രശാന്ത് കലാസുഭഗമായ വരികളിലൂടെ ഇങ്ങനെ അടയാളപ്പെടുത്തുന്നു.

'പ്രണമയമത് എനിക്ക് എന്നിലെ നിന്നോടായിരുന്നു' എന്നു തുടങ്ങുന്ന കവിതയിൽ ഏറെ ആകർഷകമായി തോന്നിയ രണ്ട് വരികൾ ഇങ്ങനെയാണ്:

'നിന്നിൽ ഞാനില്ലായിരുന്നുവെന്നതും
എന്നിൽ നീ മാത്രമെന്നതും സത്യമായി ശേഷിക്കുമ്പോഴും..
പാതിവഴിയിൽ തനിച്ചാക്കി നീയകലുമ്പോഴും
പ്രണയത്തിനൊരു സത്യമുണ്ടെന്നത് മറക്കാനാവുമോയെൻ
പ്രാണന്റെ പാതിയാം പ്രണയമേ..'

പ്രണയിക്കപ്പെടുന്നയാൾ അറിഞ്ഞാലും ഇല്ലെങ്കിലും അവർ അടുത്താലും അകന്നാലും ശരി പ്രണയമെന്ന സത്യം അതിന്റെ എല്ലാ വിശുദ്ധിയോടും പ്രണയിക്കുന്നയാളുടെ ഉള്ളിൽ നിറഞ്ഞുനിൽക്കുന്നുവെന്ന് കവി പറയുന്നു.

വർത്തമാനകാല ജീവിത പരിതോവസ്ഥയിൽ കൈമോശം വന്നുവെന്ന് പറയപ്പെടുന്ന വിശുദ്ധാനുരാഗത്തെ മനസുകൊണ്ട് തിരിച്ചുപിടിക്കാനുള്ള ശ്രമമായി ഈ വരികൾ നമുക്ക് അനുഭവപ്പെടുന്നു.

ഈ വിധത്തിൽ ഗൃഹാതുരത്വം ഉണർത്തുന്ന നിരവധി രചനകൾ ഈ സമാഹാരത്തിലുണ്ട്.

പ്രണയം മഴവില്ല് പോലെയാണെന്ന് പറയാറുണ്ട്. അതിന് വ്യത്യസ്ത വർണ്ണങ്ങളും വിതാനങ്ങളുമുണ്ട്. പ്രണയത്തിന്റെ വൈവിധ്യപൂർണ്ണമായ അനുഭവങ്ങളും അനുഭൂതികളും അടയാളപ്പെടുത്തുന്ന നിരവധി രചനകൾ ഈ പുസ്തകത്തിലുണ്ട്.

നഷ്ടപ്രണയത്തെ ഒന്നിലധികം കവിതകളിൽ പ്രശാന്ത് ഹൃദയാവർജ്ജകമായി അടയാളപ്പെടുത്തുന്നു. അനുഭവതലസ്പർശിയാണ് അവയിൽ ഏറെയും.

വേറെയും ഒട്ടനവധി പ്രമേയങ്ങൾ വിഷയത്തിന്റെ ആന്തരഗൗരവത്തിന് ഭംഗം നേരിടാരത്ത വിധം ആലേഖനം ചെയ്യാൻ കവിക്ക് കഴിയുന്നു. എന്നാൽ, എല്ലാം തീർത്തും കുറ്റമറ്റതെന്ന് പറയാനാവില്ല. അനവധാനതയുടേതായ കൈക്കുറ്റപ്പാടുകൾ പല രചനകളിലും ദൃശ്യമാണ് താനും.

കവി ഒരു ശിശുവിനെ പോലെയാണെന്ന് വയലാർ പറഞ്ഞിട്ടുണ്ട്. മുട്ടിലിഴഞ്ഞും ഒത്തിയൊത്തി നടന്നും വീണും വീണിടത്തു നിന്ന് എണീറ്റ് പിടിച്ചു പിടിച്ച് നടന്നുമൊക്കെയാണ് അവൻ രണ്ട് കാലിൽ നെഞ്ചുറപ്പോടെ നിവർന്നുനിൽക്കുന്നത്. ഈ സത്യത്തെ അടിവരയിടുന്നു പ്രശാന്തിന്റെ രചനകളിൽ പലതും. അനുക്രമമായ വികാസപരിണാമങ്ങൾ അവയിൽ പ്രകടമാണ്. ഒരേ തലത്തിൽ തന്നെ സ്ഥായിയായി നിൽക്കുന്നില്ലെന്ന് സാരം.

'അഴീക്കോടൻ മാഷ് ' എന്ന കവിത ശീർഷകം സൂചിപ്പിക്കുംപോലെ സാക്ഷാൽ സുകുമാർ അഴീക്കോടിനെ പരാമർശിക്കുന്ന ഒന്നാണ്. അതിലെ രണ്ട് വരികൾ ഏറെ സവിശേഷമായി തോന്നി.

'നിശിതം പരുഷമാം വാക്കുകൾക്കുള്ളിലൊരു നേരിന്റെ
നനവുള്ള കുളിരുറി നിന്നിരുന്നു..വ്യക്തിയോടല്ല,വരിലെ
പ്രവൃത്തി തൻ വൃത്തിയില്ലാ വാക്കുകളോടടരാടി
നിന്നിരുന്നു ആഴിത്തിരപോലഴീക്കോടൻ മാഷ്'

മൂല്യച്യുതികൾക്കും ധാർമ്മിക ഭ്രംശത്തിനുമെതിരെയുള്ള അഴീക്കോടിന്റെ ഒറ്റയാൾ പോരാട്ടത്തെ കവി നാലേ നാല് വരികളിലൂടെ ചേതോഹരമായി അടയാളപ്പെടുത്തുന്നു.

ഈ വിധത്തിൽ എടുത്തു പറയാവുന്ന സാർത്ഥകമായ ധാരാളം ശ്രമങ്ങൾ ഈ സമാഹാരത്തിൽ ഉടനീളം ദൃശ്യമാണ്. അവയിൽ പലതും ഇടനിലക്കാരുടെ ഭാഷണങ്ങളില്ലാതെ തന്നെ അനുവാചകന് നേരിട്ട് സംവദിക്കാൻ പാകത്തിൽ ലളിതമാണെന്നതും പ്രശാന്തിന്റെ രചനകളുടെ മറ്റൊരു സവിശേഷതയാണ്. ലാളിത്യത്തിന്റെ പുറംതോടിൽ പൊതിഞ്ഞ് ആഴമുള്ള ജീവിതസത്യങ്ങളെ ആലേഖനം ചെയ്യുകയാണ് ഈ കവി.

കവിതകൾ വിപണിയിലും വിൽപ്പനയിലും പിന്നാക്കം നിൽക്കുന്നുവെന്ന് പ്രസാധകർ പരിതപിക്കുന്ന ഒരു കാലത്തും മലയാള കവിത വളർച്ചയുടെ പാതയിലാണെന്ന് നിസംശയം പറയാം. ധാരാളം പുതിയ കവികളും രചനകളും സംഭവിക്കുന്നു. അവയിൽ പലതും കതിർക്കനമുള്ളതാണെന്ന് നിസംശയം പറയാം. ആ വിധത്തിൽ കവിതയെ മുന്നോട്ട് നയിക്കാൻ പ്രാപ്തമായ പുതുതലമുറ എഴുത്തുകാരുടെ ഗണത്തിൽ തന്നെയാണ് പ്രശാന്തിന്റെയും സ്ഥാനം എന്ന് പറയാൻ രണ്ടാമതൊന്ന് ആലോചിക്കേണ്ടതില്ല.

പ്രശാന്തിന്റെ സർഗയാത്രയ്ക്ക് എല്ലാ വിധ മംഗളങ്ങളും നേർന്നുകൊണ്ട് ഈ കവിതാ സമാഹാരം സഹൃദയ സമക്ഷം അവതരിപ്പിച്ചുകൊള്ളുന്നു.

പനച്ചിക്കാട് **സജിൽശ്രീധർ**

21-05-2023

ഉള്ളടക്കം

മനസ്സ്

നൊമ്പരം പെയ്യുന്ന നോവു പാടങ്ങളായിത്തീരുന്നു,.
കൂട്ടിവച്ചൊരാ കാഴ്ച്ചകളെല്ലാം...
കഥയില്ലാ,ക്കടങ്കഥകളായിത്തീരുകയാണോ,
യെന്നൊരു സംശയം ബാക്കിയാവുന്നു... !
എന്തിനാണിന്നെൻഹൃദയംനൊന്തുനീറുന്നത്...
എന്തിനാണിന്നുമെന്റെ കണ്ണുകൾ കണ്ണീരിനോട്
കടംപറയുന്നത്...?

മനസ്സേ... നിനക്കറിയാമെന്നെനിക്കറിയാം...
നീ വഴിമാറി സഞ്ചാരത്തിനൊരുങ്ങുകയാണല്ലേ..
ഇന്നലെകളിലെന്റെ,കിനാവിന് കൂട്ടുനിന്നതല്ലേ...
ഇന്നീ,പ്പാതിവഴിയിലുപേക്ഷിച്ച് നീ പോകുകയോ...?
ഓർക്കണം നീ എന്റെ സുവർണ്ണസായന്തനങ്ങൾക്ക്
നിറം ചാർത്തിച്ചപ്പോൾ കൂടെയുണ്ടാകുമെന്നും,
എന്നുപറഞ്ഞത് കളവായിരുന്നുവോ...?

എന്തേ നീയന്നുപറഞ്ഞീല...
ഈ ഞരമ്പുകളിലെ ചുവപ്പിനൊപ്പം
ജലകണങ്ങളുതിരുമെന്ന്...
എന്നെ വിട്ടകലാൻ വെമ്പുന്നനിനക്ക് വ്യക്തിത്വമില്ല...
അതല്ലേ,യീയിരുൾ മൂടിയ പഴമണം നരയ്ക്കുന്ന
വാതിലുകളില്ലാ,നാലുചുമരുകളിലെന്നെ
നീ തനിച്ചാക്കിയകലാൻ തിടുക്കം കൂട്ടുന്നത്
അറിയണമൊരിക്കലെങ്കിലും...!

ന്യായമില്ലാതെ തനിച്ചാകുന്നതെത്രദു:ഖമാണെന്ന്...
ഈ ശരീരത്തിനൊപ്പം നീയില്ലാതാകിൽ,പ്പിന്നീ
ഭൂമിയിലിതൊരു മാംസപിണ്ഡം,
വെറുക്കപ്പെട്ടേക്കാവുന്ന,
ആട്ടിപ്പായിച്ചേക്കാവുന്ന, വെറുമൊരിരുകാലി...
സത്തയറ്റ സത്വമായലഞ്ഞു തീരും...!

അധിനിവേശത്തിന്റെ കരങ്ങൾക്കപ്പുറത്തേയ്ക്ക്,
അഗ്നിശുദ്ധി വരുത്തി വെളുത്ത ഭസ്മമായിവന്
മലിനമാകാത്ത ജലശയ്യയിലലിഞ്ഞ്
ജൻമമോക്ഷപഥയാത്ര ചെയ്യണം...
അന്ന്, മനസേ... കൂട്ടിനുണ്ടാകണ,
മില്ലെങ്കിലിവനപൂർണ്ണനാകുമെന്നും
അറിയുന്ന നീ,തനിച്ചാക്കാൻ തുടങ്ങുന്നതു
ചിതമല്ലതോർക്കണം ..
ഉചിതമല്ലതോർക്കണം...
ഉചിതമല്ലതോർക്കണം... നീ...!!

തീർത്ഥകണം

ഒറ്റയ്ക്കല്ലീയെരിവേനലിലൊരുകുഞ്ഞു
തണൽവായ്ക്കൂട്ട് നടക്കാം
മണൽക്കാറ്റേറ്റ് വരണ്ടുപോകുമാച്ചുണ്ടിണ
വിടവിലൂടൊട്ടുങ്ങാത്ത പൈദാഹത്തിനായിറ്റിച്ചു
തരാ,മെന്നിൽ ശേഷിച്ച തീർത്ഥത്തുള്ളികൾ.!

കർമ്മപന്ഥാവിലൂടെ മുന്നോട്ടുനടക്കാതെ
തരമില്ലെന്നറിവിന്നുലയി,ലുയിരുകെടാ
കനൽപ്പൊരി പാറട്ടെ..
ഉറ്റവരുടയവരുടെ നാട്യത്തിര-
ശ്ശീലയഴിച്ചകലുമ്പോഴും,
ഒരു ഗദ്ഗദംമുറ്റിയുറയുന്ന മിഴിത്തുള്ളികൾ
മണ്ണിന്ഭാരമാകാതിരിക്കാൻ കരുതുക.!

തോറ്റുപോകാനിഷ്ടമില്ലാത്തൊര
ന്തരംഗത്തുടിപ്പുമായ്
ലക്ഷ്യം ഭേദ്യമാകാതൊരു
പിൻനോട്ടവും എറിഞ്ഞുകൂടാ..
അവസാനയുദ്ധക്കെട്ടുതിയിലും
പുനഃരുജ്ജീവനത്തിന്റെ തിരികത്തുംവരെ
ദാഹതീർത്ഥക്കുടവുമായൊരു
നിഴൽ പിന്നിലുണ്ടാകും
നനുത്ത തണൽവായ്,തണലായ്.!

പഴമണമൂറിയ ചുവരുകൾ

അടച്ചിട്ട,യിരുൾമൂടിയ പഴമണംപേറും
നാലു ചുവരുകളുടെ താരാട്ടുകൾക്കെന്റെ
ദിനങ്ങളെയുറക്കാൻ കഴിയുമെന്നറിഞ്ഞതും,
കാലവിളംബമിറ്റിച്ച,മിഴിനീരുവറ്റിയുറഞ്ഞയാ-
ത്മാവിനെ തീ പിടിപ്പിച്ചൊരോർമ്മച്ചരടിന്ന്
പൊട്ടിവീണലങ്കോലപ്പെട്ടിരിക്കുന്നു...!

വരിതെറ്റിപ്പോയ ചിന്താശകലങ്ങളെ
കൂട്ടിവയ്ക്കാൻ പുറപ്പെട്ട് വികലമാക്കപ്പെട്ടവിരലുകൾ തുള്ളിവിറച്ച
വിശേഷബുദ്ധി പട്ടുപോയൊരെൻ ദേഹിയെ,
കളിയാക്കിച്ചിരിച്ചുകൊണ്ടൂർന്നുവീണൊരാ
ചിന്താശേഷിപ്പുകൾ ചിതറിമറിഞ്ഞു...
ചുവരുകളുടെദൂരമെന്നെ ചകിതനാക്കി..!

നടുക്കടലിലകപ്പെട്ട നാഥനില്ലാനൗകയിലെ
ഏകാന്തതയെന്നപോലൊരു ദുഃസ്വപ്നക്കാഴ്ചകൾക്ക്
രൂപമറ്റുപോയ്..
ചുറ്റും നിറമറ്റ ചിറകുകളുമായ്
ഒരു യാമത്തിന്റെ,യായുസുമായ് നിശാശലഭങ്ങൾ,
ശേഷിച്ച പ്രാണനിമിഷങ്ങൾക്കൊപ്പം പറന്നിറങ്ങി..!

ശുഷ്കശരീരത്തിലെയുൾപ്പൂവിലെവിടെയോ
യൗവ്വനതൃഷ്ണകളുടെ ശേഷിപ്പുകൾ
മുനിഞ്ഞു കത്തുന്നു വീണ്ടുമൊരു
യിർപ്പിന് കാതോർത്തുകൊണ്ട്...!

ചിറകറ്റ ശലഭം

ഇനി എന്തെഴുതുവാനിവിടെ ഞാൻ!
ശൂലാഗ്രപ്പെട്ടിലകപ്പെട്ട, ചിറകറ്റൊരീയ്യലായി,നിരാലംബനായ്..
ഈ,യിരുളിലൊരു മഹാനിദ്രയ്ക്ക്
കാതോർത്തപ്പോഴു,മോർത്തുപോയി..!

ശ്വാസഗതിമുട്ടുംവരെ, കൂടെയുണ്ടാകുമെന്നെന്നും,
എന്ന് മുഴങ്ങിയൊരാവാക്കുകളിലെ,
ജീവനിന്നറ്റ,കന്നങ്ങകലെ,,
ഒരുപൊളി ശലഭമായ് പറന്നുപോകുന്നു...!

നിന്നെ മറന്നൊരു ദിനവും
എനിക്കുണ്ടാകില്ലെൻ പ്രിയനെ എന്നോരോ,
ദിനവുമൊരായിരം വാക്കുകളാലെന്റെ
ഹൃദയഭിത്തികളിലുന്മാദം നിറച്ചിരുന്നവളല്ലേ നീ...?

ഇന്നീ,ക്ഷണിക ദിനങ്ങളിൽനിൻ,മൃദുമേനിയി,
ലൊരധരം മധുതേടുമ്പോഴതസുലഭനിമിഷ,
മെന്നതോർത്തുൾപ്പുളകം കൊണ്ടുന്മാദിനിയാ,യൊരുവൾ നീ.,
അറിയാതെപോയൊരെൻ,നിർമ്മല
പ്രണയാമൃതത്തിൻ,നിധികുംഭങ്ങൾ ..!

കാണാതെപോയെൻ നിസ്വാർത്ഥ
പ്രണയത്തിൻ ഹൃദയത്തുടിപ്പുകൾ.!
കേൾക്കാതെ പോയ് നീ,എന്നിലെ
സത്യമാം പ്രണയ നൊമ്പര ഗീതികൾ.!

ഇനിയൊരിക്കലു,മൊരാളും,
ഇത്ര ശുദ്ധമായൊരുപ്രണയത്തെ, പ്രണയിക്കാതിരിക്കട്ടെ...
പ്രണയഗദ്ഗദം മുറ്റിയൊരാ ചിതയിലൊരുഗതിമുറ്റാ,
പ്രേതമായി അലയാതിരിക്കട്ടെ...!
പെൺചിതയിലകപ്പെട്ടൊരു
ഗതിയില്ലാ, പ്രണയമായിയുണരാതിരിക്കട്ടെ...!

ബലിക്കല്ലുകൾ

വിദൂരതയുടെ വിജനതയിലേക്ക് മിഴികൾ നട്ടുനിൽക്കുന്ന
വ്രണിത ഹൃദയങ്ങളനേകമുണ്ടിവിടെയീ,
തപ്തഭൂവിൽ ഊർദ്ധം വലിച്ചൊട്ടുങ്ങാറായോർ...!

ഏത്പേമാരിയിലും കടപുഴകാതെനിന്നവർ...
കഠിന താപത്തിലുമുരുകാതെ നിന്നവർ...
നേരിന്റെ പൊതിച്ചോറിൻപാതി പകുത്തേകി
പതിതന്റെ പ്രാണാംശു,ഹേതുവായോർ...!

പിൻപറ്റി നിന്നവരുടെ നഗ്നപാദങ്ങൾക്ക്
കായബലമേകി കൂടെനിന്നോരിവരുടെ
വിയർത്തൊട്ടിയമേനിയിലെ,യുപ്പൂറ്റി
കാല്പനിക സൗധം പടുത്തുയർത്തീ നിങ്ങൾ...!

കാഴ്ചകളനേകം മാറിമറിഞ്ഞിവിടെ കാലങ്ങൾ
കാതങ്ങൾ നീണ്ടകന്നു..
സ്വപ്നങ്ങൾ കണ്ടിരുന്നവരും,
തങ്ങളുടെ നേർവഴിയോരത്തെ,പച്ചപ്പുകൾ...!

നിങ്ങൾക്കാ,യായുസ്സിന്റെ ബലിക്കല്ലിൽ ശിരസ്സമർത്തി
ശ്വാസം പിടയുമ്പോഴും ഒരു ദിനത്തിന്റെ
പ്രകാശവലയത്തിനായി സ്വപ്നവലനെയ്യതവർ...!
സ്വാർത്ഥതയുടെ കാണാക്കരങ്ങളിലെ
കളിച്ചരടിലെപ്പാവയായോർ...!

പിൻഗാമികൾക്കൊരുപിടി വറ്റുംവെള്ളവും
കരുതി വെയ്ക്കാൻ കൊതിച്ചോർ...
എന്നിട്ടുമിന്നിവർ തോറ്റുപോയോർ
നേരിന്റെന്നിഴലായി നിലകൊണ്ടവർ...!

കറപറ്റിയിരുണ്ട ഭൂമിയിലെച്ചുവരുകളിൽ
തളയ്ക്കപ്പെട്ടിന്നു,മുഴറിപ്പതം പറഞ്ഞിരിപ്പൂ..
ഏത് വലംപിരിശംഖിലാവാം ഇവരുടെ
ആത്മമോക്ഷത്തിനായി കാലംകരുതിവെച്ച
ജപമന്ത്ര തീർത്ഥജലം...!!

നിലാപ്പക്ഷി

ഹൃദയാക്ഷരങ്ങൾകൊണ്ട്കൊരുത്തു
വച്ചതിനെ നീ പ്രണയഹാരമെന്നുവിളിച്ചു
ഇത്രയും മണമുള്ളരാവുകളിൽ നാം
എത്രകിനാക്കൾ കണ്ടിരുന്നു
സമാന്തരരേഖയിലൂടൊഴുകുമ്പോഴും
വഴിപിരിയാതെത്ര കാതങ്ങൾ താണ്ടി....!

നനുത്തകാറ്റുവീശിയടർന്നെത്ര കാശിത്തുമ്പകൾ ...
നിറനിലാവിൽപ്പതിയും
നിൻ കാൽപ്പെരുമാറ്റത്തിന് കാതോർത്തു
മൃദുപാദദലങ്ങളിലെ
നറുചുംബനംനുകരുവാൻ .....!

നൂപുരമണിച്ചിരിയുടെ കളകാഞ്ചന മൊഴിയിൽ
കാതുകൾചേർത്തെത്രലാസ്യലയമാടി
ഓരോരാവുകളുതിരുന്ന നേരത്തും
നിൻ മാറിലമരുന്ന രുദ്രമണിയായ് ഞാൻ
ഇനിയുമൊരായിരം ജന്മമുണ്ടാകിലും
നിന്നണിവിരൽത്തുമ്പടർന്നൂർന്നു പോവാതെ
കാലങ്ങൾത്താണ്ടിപ്പറന്നേറിടും നാം... !

മഴമുകിൽ

കൂടെയുണ്ടാകുമെൻ മിഴികളിലെ
തിളക്കത്തിനുമീതെ,യീപോളകൾ ചായുംവരെ..
കൂടെയുണ്ടാകുമെൻചുണ്ടിണച്ചിരി മായുംവരെ...
കൂടെയുണ്ടാകുമെന്നുടെ ഹൃദയത്തുടിപ്പിന്റെയൊടുവിലെ
തുടിപ്പിന്നവസാനം വരെ...
കൂടെയുണ്ടാകുമെന്നിലെ
സ്വപ്നങ്ങളിലെ നിറങ്ങൾ മായുംവരെ...!

കാരണമതൊന്നെയുള്ളൂ...
നീയില്ലാതീഭ്രമിയിലിവൾക്ക്

പൂർണ്ണതയില്ലെൻ പ്രിയനേ...!
മനോഹരം! ഹാ! മതിമറന്നാടി...
കാലത്തിൻകോലത്തിനെത്ര
ഭാരമുണ്ടെന്നാലുമവൾ കൂട്ടിനുണ്ടല്ലോ.!
ഒരു രാത്രിയിരുണ്ടകന്നപ്പോഴവളിലെ,
ഞാനെന്ന രൂപത്തിലെവിടെയോ
നിറംപൊഴിഞ്ഞിടറി...
ആ മിഴികളിലെന്റെ നിഴലാട്ടത്തിന്
വെളിച്ചം മങ്ങിത്തുടങ്ങി...
മരണമകറ്റാതകലുകയില്ലെന്നൊരാ
വാക്കിലൊരു കള്ളത്തിൻ തുടിപ്പ് ..!
വിട്ടകലുകയെന്നത് കഷ്ടമെന്നാകിലും,
സഹനത്തിനിവിടെ പ്രസക്തി എന്നത്
സൂക്തമാക്കിയകലുന്നു
ശ്വാസചലനത്തിന്നവസാനംവരെ
കൂട്ടിരിക്കാമെന്നതും,
പൊളിയിൽ കുളിപ്പിച്ച് യാത്രാമൊഴിക്ക്
തിട്ടുക്കം കൂട്ടുന്നവൾ, മഴമുകിൽ...!

വിശ്വാസത്തിന്റെ നിറുകയിലൊരലകാണിതല്ലിയിറക്കി
പിന്നിലെ നിറമിഴികളിലൊരുപിടി മണ്ണുവാരി
എറിഞ്ഞകന്നു തുടങ്ങി..
പിൻനോട്ടമെറിയാതെ...!!

നമ്മൾ

ഇനിയും മറിക്കാത്ത പുസ്തകത്താളിലെ
അക്ഷര കൂട്ടങ്ങൾ നമ്മളല്ലേ
മൂളാൻ മറന്നൊരാ പാട്ടിന്റെ വരികളിൽ
ശ്രുതി ചേർത്ത രാഗമതും നമ്മളല്ലേ

അടങ്ങാത്തൊരലകളായ് പുൽകാൻ
വെമ്പുന്ന തിരയും തീരവും നമ്മളല്ലേ
ഭൂമിക്ക് കസവാട ചാർത്തിയെത്തും
പുലരിപുതപ്പിന്റെ പ്രഭയതും നമ്മളല്ലേ

ചായാൻ തുടങ്ങുമാ ചെമ്മാനച്ചെരുവിലെ
കുങ്കുമ ശോഭയും നമ്മളല്ലേ
മൂവന്തി മുറ്റത്ത് പൂത്താട്ടും മന്ദാര
മലർ മണമായതും നമ്മളല്ലേ

രാവിന്റെ മാറിലാ,രാക്കിളിപ്പാട്ടിൽ
ഇരുമെയ് മറന്നതും നമ്മളല്ലേ
പുലർമഞ്ഞിൻ പുതപ്പിൻ കുളിരിൽ
നനഞ്ഞന്ന് ശലഭങ്ങളായതും നമ്മളല്ലേ

വേർപെട്ട് പോയൊരാ വീണതൻ
തന്ത്രിയിൽ മുറിവീണ ശ്രുതിയതും നമ്മളല്ലേ
എന്നിട്ടുമിന്നുമാ പ്രണയാഴിയിൽ വീണ് കരിയാൻ
കൊതിപ്പതും നമ്മളല്ലേ.. നമ്മളല്ലേ
അത് നമ്മളല്ലേ... നമ്മൾ നമ്മുടെ മാത്രമല്ലേ...
നമ്മൾ നമ്മുടെ മാത്രമല്ലേ...!

മിഴിപ്പൂക്കൾ

ചിതറിയമേഘശകലമായൊരുമാനസം
മിഴിനീർപൊഴിച്ചിരിപ്പാണ്...
തുളുമ്പിയടരുംനീർമണികളോട്ചോദിച്ച
രണ്ടുമിഴിയിണത്തുമ്പുകൾ...
ഇത്രവേഗംതനിച്ചാക്കിയടരുകയോ ?
കാലങ്ങളായി നിങ്ങൾതൻ സങ്കടപ്പുരയുടെ
കാവലായിരുന്നവരല്ലേ... ?

വിദൂരമല്ല പ്രത്യാശാമുനമ്പുകളെന്നുചൊല്ലി
ഋതുഭേദങ്ങളിലെതണുപ്പും ചൂടും
ഒന്നിച്ചുപങ്കിട്ടവരല്ലെ നമ്മൾ...
യൗവ്വനതൃഷ്ണകളുടെതുടിപ്പിൽ കാതുകൾ
ചേർത്തുവച്ചെത്രയോകാവ്യശീലുകൾ
കേട്ടിരുന്നു.

കാഴ്ചവെട്ടം മായാറാകുന്ന അന്തിനേരത്ത്
ഇത്തിരി സാന്ത്വനാമൃതം പരസ്പരം
പകർന്നേകാൻ നമുക്ക്നാമല്ലേ ബാക്കിയുള്ളൂ...
ഒരുമിച്ചൊരൽപ്പനേരം കൂടി ചേർന്നിരിക്കാൻ
പ്രിയ മിഴിനീർപ്പൂക്കളേ,
ഇമയിണത്തുമ്പുകൾ കൊതിയ്ക്കുന്നുണ്ടേ... !

തീരനൊമ്പരം

ഇരമ്പിയാർത്തട്ടക്കുന്ന
കടലാഴങ്ങളിൽനിന്നു,മൊരായിരം
പ്രതിഷേധച്ചൂടിന്റെ,യലകളുയരുന്നു...
നീലത്തിരമാലകളെ,പുൽകിയുണർത്തി
പ്രണയപർവ്വംവരയ്ക്കാനിവിടൊരു,
തീരവുമില്ലാതായിത്തീരുന്നു...
അലയടിച്ചെത്തുന്നകടലിനെ,യൊരായിരം
സാന്ത്വനചുംബനത്താൽ
പുൽകിയടക്കിയ കരയോരങ്ങളെ,
ധനമോഹചോരർക്കവർന്നെടുത്തു...!

എത്രതവണ നടന്നുപതിഞ്ഞൊരെൻ
കരിമണൽപ്പാട്ടുകൾ...
കടൽ പോലുമറിയാതെ,
ചതിയരവർ,വിറ്റു തിന്നു...

ഹേ !... ചോരവംശ,കുടിലരെ...
കടലോരമക്കൾതൻശാന്തിക്ക് മീതേ
നിങ്ങൾപടുക്കും സൗധമകുടങ്ങളിൽ
ഈ നാടിന്റെ രോഷാഗ്നി ജ്വലിച്ചുണർന്നു...

നേരിന്റെവജ്രശിഖര മുനകളിൽതട്ടി
നിങ്ങൾതൻ കാപട്യകോട്ടകൾ തച്ചുടയും..
സമരകാഹളപ്പടഹധ്വനികളിലുയരുമായിരം
നേരിൻ,തിരകളിൽ,തുടികളാർത്തു...
അക്ഷരനേരിന്നാ,യുധമാണീ,മണ്ണിൻ
കാവലിരിപ്പത,തോർക്കുക...
ഈ മണ്ണിൻ,കാവലിരിപ്പത,തോർക്കുക

പ്രതിബിംബങ്ങൾ

കനവുകളായിരുന്നു, എല്ലാം
വ്യാർത്ഥമോഹങ്ങളായിരുന്നു...
ഏതൊ വിദൂരതയിൽ ഞാൻ
തേടിപ്പിടിച്ചതെല്ലാം വെറും
പ്രതിബിംബങ്ങളായിരുന്നു...
എന്നെപറഞ്ഞുപറ്റിച്ച എന്നിലെ
പ്രതിബിംബങ്ങൾ...

സ്വച്ഛവിഹാരം നടത്തുന്ന അവരിലേയ്ക്ക്
നിന്നെയെന്തിന് ചേർത്തുവച്ചു...
അധികപ്പറ്റല്ലേയെന്ന് മനസിലാകാതെ
പോയതു നിന്നിലെ പോഴത്തം..
അല്ലാതെന്തു പറയുവാൻ...
ഇന്നു നീ ഉള്ളുനീറിയുരുകിയൊഴുകുന്നത്
നിനക്ക് മാത്രമേ കാഴ്ചയായതുള്ളൂ...
വിഡ്ഢിവേഷം ചമഞ്ഞൊരുവിരൂപമേ,
നിന്റെ തെളിഞ്ഞ മനസിന്റെ
വെണ്മയാർക്ക് വേണം...

അന്ധതകൊണ്ട് മുഖംമൂടി ധരിച്ച
വെളുത്തചായം പൂശിയബിംബങ്ങളാണ് ചുറ്റിലും
ഒരു മഴച്ചാറ്റലിലൊലിച്ച
പോകുന്ന അസ്ഥിരരൂപികൾ...

പ്രണയശില

ആർത്തലച്ചെത്തി നിൽക്കുന്നുണ്ട്
ഒരു നൊമ്പരപ്പുഴ...
മിഴിയിണത്തുമ്പോരം...!
അകാലമൃതിയിലാണ്ടു പോകുന്നീയൊരു
പ്രണയശില കണ്ടിട്ടാകാം,
ഇമപൂട്ടിയിരിപ്പാണിപ്പോഴും
കണ്ണീരുപ്പുപടർന്നൊരീ
കൺപീലിത്തുമ്പുകൾ...!

കദനത്തിരയിലലിയാൻ
മനസില്ല,മനസിനെന്ന് മറുമൊഴിചൊല്ലി,
പിരിയില്ലമരണവഴിയിലുമെന്ന്
പലവുരു, ഉരുവിട്ടൊരു ചുണ്ടിണ,
പ്രണയബലിക്കല്ലിൽ വച്ചറുത്തെടുത്തൊരെൻ
കനവിന്റെ ശിരസുമായി, പതിരു പുലമ്പിപ്പടി
വാതിൽക്കടന്ന,കന്നുപോകുന്നു തനിയെ...!

കരകവിയാൻ കുതിച്ചെത്തിയൊരീ
കണ്ണീർമഴയ്ക്കൊപ്പം...
ഇരമ്പിയാർത്തെത്തും നൊമ്പരപ്പുഴ
നിർവ്വികാരതയിലുടങ്ങൊലിച്ചുപോയി..!
എന്നിട്ടുമൊടുങ്ങാൻ കൂട്ടാക്കാതൊരു തപ്തമാനസം
മിഴിനീരുപ്പു നുകർന്നിരിപ്പുണ്ടേകനായി..!!

പ്രതീക്ഷ

പ്രതീക്ഷ വറ്റാത്തൊരു നൊമ്പര ഹൃദയം
വഴിക്കണ്ണുമായ്
മെഴുക്കുപുരണ്ടൊരീ
ഉമ്മറപ്പടിയിലേകാകിയായ്
ഇനിയും കടന്നു വരാത്തൊരാ,
പാദപതനത്തിനായ്...!

പരാശ്രയമറ്റൊരു മനസിന്ന് കോലം കെട്ടി
തിറയേറി വന്നൊരാപ്പടിപ്പുരപ്പാളികളിലെ
ചിതൽപ്പുറ്റിലുടഞ്ഞു വീഴുന്നു...!

പ്രതീക്ഷതൻ നോട്ടത്തിൻ മിഴിമുനകൾ
ഇന്നും കൈതോല വിരിപ്പിൻമേലേ
ഉലഞ്ഞാടുന്നുണ്ട്..
വിരഹ നൊമ്പരക്കാറ്റിൻ
തുമ്പുംപിടിച്ച് ..!

എന്നിട്ടുമീവഴി മറന്നു സഞ്ചാരമാകുമോ
നിനക്കിന്നെൻ
പ്രണയ നൊമ്പരക്കാറ്റേ...
മധുരനൊമ്പരക്കാറ്റേ...!

പ്രണയം

മിഴിനീരുപ്പു കലർന്നൊരീ വരികളിലെൻ
ശിഥിലസ്വപ്നങ്ങൾതൻ ഇരുണ്ട കല്ലറകൾ...
ഇതിലടക്കം ചെയ്തതെന്നുടെ മൃദുഹാസ പൂക്കൾ...!

വരേണ്യ മാനസർ കശക്കി ഞെരിച്ച ലോലദലങ്ങൾ...
സാധുഹൃദയ,മതിന്നിടിപ്പിനൊരു ദയയും കാട്ടാതെ
മെതിച്ചവർ... പ്രണയ,മതിത്ര പാപമോ ?...
പ്രണയമില്ലാതീ ഭുവിലൊരു സത്യമുണ്ടോ...?
പ്രണയമില്ലാത്തൊരു ഹൃദയമുണ്ടോ...?
പ്രണയമില്ലാത്തൊരു നിറങ്ങളുണ്ടോ...?
പ്രണയത്തിനാലുയിർകൊണ്ടതാണനശ്വര
കാവ്യങ്ങളെന്നറിഞ്ഞീടുക...
ഭൂമിതൻ സ്പന്ദനം നിലയ്ക്കുവോളം
പ്രണയമില്ലാതൊരു ജന്മമില്ല...
പ്രണയമില്ലെങ്കിൽ മിഴിനീരുമില്ല... !

ചിത

ഇന്നലെവരെ ഈഭൂമിയിലുണ്ടായിരുന്ന
ഒരു നാമരൂപമായഅടയാളത്തെ
എന്നെന്നേയ്ക്കുമായി,മായ്ച്ചുകളയാൻ
ഒരുങ്ങുന്ന അടയാളം...!

ജനിച്ചകാലം മുതൽ ഇതുവരെനടന്നുതീർത്ത വഴികൾ,
അതിൽ,പുനഃർചിന്തനത്തിന് സമയമില്ല...
നടന്നും ഓടിയുംതീർത്ത വഴികളിൽ,
അന്ന് തിരിഞ്ഞ് നോക്കിയതുമില്ല...
നേരുകൾമറന്ന് ശരികേടുകളിൽക്കൂടി യാത്ര...!

ദേഹബലത്തിന്റെയും,നാവ് ബലത്തിന്റെയും,
കൂട്ടുകെട്ടിൽ എന്തെല്ലാംകാട്ടിക്കൂട്ടി,...
എന്നിട്ടുംഒന്നുമാകാതെ,
ദേഹിയോടൊപ്പം കത്തിയമരാൻവിധിക്കപ്പെട്ട
പൂക്കളോടൊത്ത്,നിറമറ്റചാരമായി, കരിമണലായി,
ഭൂമിയിലേയ്ക്ക് അലിയാൻതുടങ്ങുന്നു...!

ഇവിടെ വെട്ടിപ്പിടിച്ചതും,ചേർത്തുവച്ചതും,
നഷ്ടപ്പെട്ടത്തി,യെന്നുകരുതിയതും കൂട്ടിനില്ല...
എന്തിന്,ഒരിറ്റ്കണ്ണീരു പോലും
നിസ്വാർത്ഥമായിബാക്കിയില്ല...
ഇതാണ് മനുഷ്യൻ...!

എന്നിട്ടും...
ഇന്നും എന്തിനെന്നറിയാതെ പായുകയാണ് മായകളുടെ,
അപൂർണ്ണതകളുടെ പിന്നാലെ അടങ്ങാത്ത
അത്യാഗ്രഹങ്ങളുടെ
ചുടലപ്പറമ്പുകൾതേടി...!

തകർത്തെറിഞ്ഞും, വെട്ടിപ്പിടിച്ചും മുന്നോട്ട്

കുതിക്കുമ്പോൾ ഓർക്കുന്നില്ല ഒരുനിമിഷം കൊണ്ട്
എല്ലാം അവസാനിക്കുമെന്നും,
ത്വരമൂത്ത് കൂട്ടി വച്ചതിന്റെമേലേ
ഒരുവിരൽ സ്പർശനത്തിന് പോലും സാദ്ധ്യമല്ലാത്തത്ര
നിസ്സഹായജന്മമാണ് മനുഷ്യനെന്നും..!

ഓർക്കാം ! ലക്ഷങ്ങളും, കോടികളും കൈവരുമ്പോൾ
അതിലൊരുഭാഗം കാണിക്കയായി, നേർച്ചയായി
ക്ഷേത്രങ്ങളിലും പള്ളികളിലും കാഴ്ച്ചവച്ചുസായാജ്യം
നേടി എന്നു കരുതുമ്പോൾ...ഓർക്കുകമനുഷ്യാ!..
നിന്റെ അഹന്തയും,അജ്ഞാനവും കൂടിയിട്ടേയുള്ളൂ..
കാരണം സർവ്വസ്വത്തിനും അധികാരിയായ പ്രപഞ്ചശ
ക്തിയായ,പ്രകൃതി നിനക്ക് കനിഞ്ഞുനൽകുമ്പോൾ
അതിലൊരംശം കൈക്കൂലിയായി
തിരികെനൽകുന്നനീയാണ് വിഡ്ഢി...!

പകരംനിന്നിൽപ്പെട്ടഅനേകർ ഗതിയില്ലാതെ
ഉഴലുമ്പോൾ അവർക്കാണ് നീ നിന്റെ
സന്തോഷത്തിലൊരംശം
പകർന്നു നൽകേണ്ടത്...
അവിടെയാണ് നീ ശരിക്കും ദൈവത്തെ കാണുക .
അവിടെയാണ് ദൈവംഎന്നവാക്കിന്
അർത്ഥം ഉണ്ടാവുക...!

ജാതിയും,മതവും,രാഷ്ട്രീയവും, സമുദായ
നേതൃത്വവുമെല്ലാം...
പരാന്നഭോജികൾക്കുള്ളതാണെന്നും, 'അതിനപ്പുറത്ത്
നാം മനുഷ്യത്വമുള്ള, സഹാനുഭൂതിയുള്ളവരാണെന്ന്
തിരിച്ചറിഞ്ഞ്
വെറുപ്പും,വിദ്വേഷവുംകഴുകിക്കളഞ്ഞ്
നിർമ്മലമാനസരാവാം..!
നൈമിഷികമായ ജീവിതത്തിൽ പരസ്പരംഅറിഞ്ഞും,
കൈപിടിച്ചും, സന്തോഷിച്ചും കഴിച്ചുകൂട്ടാംനരജന്മം...!

അഗ്നിശില

അഗ്നിശിലയാണിന്നെന്നുള്ളം..
ആരവങ്ങളകന്നേകനായി,
ആകാശനീലിമയുടെ ചിറകിലേറിയകലാൻ
തോന്നുന്നു,യിന്നെങ്കിലും,
ആസുരശരങ്ങൾതൻമുനനോവ് വാങ്ങാനിനി,
കഴിയാതെയാകുന്നുവെന്നാകിലും..!

പാപിയാകാത്തൊരാളിമണ്ണിൽ മുളച്ചുവെങ്കി,
ലിവനെകല്ലെറിയട്ടെ, !
പാപശിലയായി നിങ്ങൾ പ്രതിഷ്ഠിച്ച
പ്രാണനൊമ്പരങ്ങൾ ശിരസിലേറ്റിയ
ഈ ശിരസിനിനി,താങ്ങാനൊരു
ചുമട്ടുതാങ്ങിയില്ലെന്നതുമോർക്കുക!

പൊളിപറയും നാവുകളേ...
പിഞ്ഞിയടർന്നൊരു മനസിന്ന,നന്തത തേടി
യാമവഴിയിലലിഞ്ഞു മാഞ്ഞു പോയകന്നാൽപ്പിന്നെ,
ഒരായിരം ജന്മത്തിനും കഴിയില്ല
വിടപറഞ്ഞൊരാ,മനസിന് ജീവനെ തിരികെയേകാൻ !

അശ്വാരൂഢ മൃത്യുവിന്റെ കുളമ്പടി
കർണ്ണപുടങ്ങളിലൊരാരവം തീർക്കുന്നു,
എങ്കിലും തൽക്കാലമൊരു
മരണമൊഴിചൊല്ലാനിവന് സമയമായില്ല...
അതാകട്ടെ,യതുവരെ
ഈ ക്രൂര,പൊളി ശരങ്ങളോട് പൊരുതിയുണരും...
നിശ്ചയം.!

എന്നു വരും നീ

ഇന്നലെ,രാവിൻമാറിൽ,നീയൊരു
ചൂടുള്ള തണുവിനെ പുതച്ചുനിന്നു...
അതിലൊരു കുളിരായ് ഞാനുണരാൻ
ഒരു നൂറു തപസ്സും ചെയ്തു നിന്നു...
എന്നിട്ടുമറിയാതെ,നീയകന്നോ,
യിന്നെന്നിലെ നൊമ്പരം, കണ്ടീലയോ...?

പെൺ മാനസം...

നീയറിയാതൊരു രാവുമിവൾക്കില്ല...
നീ കൂട്ടിനെത്താത്തൊരുകുളിരുമില്ല...
രാവറിയാ,തിവൾക്കൊരുകനവുമില്ല
അതുമാത്രമെന്തേയറിഞ്ഞതില്ല,
യെൻമിഴിചോരുംപുഴയൊന്നു കണ്ടതില്ല,
യെന്നകതാരിൻ നൊമ്പരം അറിഞ്ഞതില്ല...!

എന്നിട്ടുമെന്തേ നീയിന്നും മൗനമായ്
എന്നിലേക്കെത്താൻ മടക്കമെന്തേ ..?
ചൊല്ലെൻ സഖീ നീയിന്നേതു യാമത്തിലെന്നരികിലെത്തും,
മടക്കമില്ലാതെയെൻചാരെ...!

പെൺ മാനസം ..

അറിയില്ല,യെന്നെന്നെറിയില്ലിതുവരെ
നിന്നിലേക്കെന്നുടെ മടക്കമെന്ന് ..
എങ്കിലുമൊരുനാൾ വന്നുചേരുമൊരു
മധുരമലർമാല്യം ചാർത്തി നിൽക്കും.
അന്നായിടനെഞ്ചിൽ ചാഞ്ഞുറങ്ങും ..
മരണം പുണരുവോളം പുണ്ടുറങ്ങും...!!

പൊയ്മുഖം

ചിരിയ്ക്കണമുള്ളുകറുത്തതെന്നാകിലും
കേൾക്കണംകാതോർത്താശംസകളേകണം..
കുടിയ്ക്കണം പിന്നെ കഴിയ്ക്കണം സഹയാത്രികനാവണം
പല മുഖങ്ങൾക്ക് മുൻപിലൊരു മുഖമില്ലാതലയണം...!

ആത്മനിന്ദയാൽ മിഴിയറിയാതൊഴുകും
കയ്പ്പതിറക്കണമാരുമറിയാതെ
ഹോ! കരയാൻ, ചിരിയ്ക്കാൻ, പിന്നെ പ്രണയിക്കാൻ
ഈ മുഖമില്ലാ, മൂടിയഴിച്ചിന്നു മനുഷ്യനാകാൻ
കഴിഞ്ഞുവെങ്കിൽ...!

വൃഥാവിലായൊരാ സ്വപ്നതീരത്ത് കളമഴിച്ചെറിഞ്ഞൊരീ
മുഖംമൂടി പറിച്ചെറിഞ്ഞാലുമിതു വീണ്ടുമേറിടുന്നീ
മുഖത്ത് മായാമാറാല പോലെ...
വൃത്തിയില്ലാ വാക്കിനും നോക്കിനുമൊപ്പം
വൃത്തിയുള്ളൊരാ വ്യക്തിഹത്യ ചെയ്യുവാൻ...!

കൗമാരം

നിശാഗന്ധി പൂക്കാത്ത രാവിതിൽ കടംകൊണ്ട
നിദ്രയും നിറനിലാവും. ഏകാന്തമാം
യാമയവനികയ്ക്കുള്ളി,ലൊരേകാകി തൻ മൂകനിശ്വാസം...!

വേരറ്റുപോയൊരാ കാലശേഷിപ്പിൻ വഴിതേടി വിറപൂണ്ട
കാലുകൾ. നരവീണ നിറംപോയൊരീയെൻ ദിനങ്ങളിൽ
ഒരു മിന്നാമിനുങ്ങിൻ നറുവെട്ടംപോലെയോർമ്മകൾ..!

നിറച്ചൊരാ മിഴിച്ചെപ്പിനുള്ളിലായ് അടഞ്ഞും തുറന്നും
മിഴിമുനയിയിൽ മറയുന്ന സുഖമുള്ള നോവായ്
മാറുന്നോരോർമ്മകൾ...!

കൗമാരകാലത്തെ ബധിരമാം വീഥികളിൽ
ബലിനൽകിമാഞ്ഞൊരാ പ്രിയമാർന്നൊരോർമ്മകൾ
കതിർമണികൾ കുണുങ്ങുന്ന പാടവരമ്പത്തെ
സൗഹൃദം പ്രണയമായ് പൂത്തൊരാനാളുകൾ...!

ആദ്യമാ,മിഴിമുനയിലാരാധന പിന്നെയാദ്യാനുരാഗമായ്
മാറിയൊരാ, സ്വപ്നസങ്കല്പവഴികളിലൂറിയപ്രേമമധുര,
മന്നധരത്തിലേറ്റിനടന്നതും..!

മാറാലമൂടിയോരിന്നിന്റെ നേർത്തൊരാ
വഴിയോരക്കാഴ്ച്ചകളിൽ മായ്ക്കാൻ കഴിയാത്ത,
നൊമ്പരനനവുള്ള സുഖമുള്ളയോർമ്മകൾ
എങ്ങോകൊഴിഞ്ഞൊരാ കൗമാരനാളിന്റെ
കറയറ്റ പ്രണയത്തിൻ മഞ്ഞിൻപുതപ്പുപോൽ
പ്രിയമാർന്നൊരോർമ്മകൾ...!

മക്കൾ പറയട്ടെ...

ഇവിടെയീ,മണ്ണിന്റെ ജ്വാലയായി
ഈ ഭാരതാംബയ്ക്കുതൻ മക്കളായി
വിടരുന്ന നാളെയുടെ ദീപമാകാൻ ,
ഒരുമയുടെ സ്വരമിതൊന്നേറ്റു പാടാൻ
കൊതിയോടെകാതോർത്ത്നിൽപ്പുഞങ്ങൾ
ശനിശാപ ജന്മങ്ങളല്ല,തോർക്ക..
ഞാൻനിന്റെ മകളാണതോർത്തുകൊൾക,
ഞാൻനിന്റെ മകനാണതോർത്തുകൊൾക..!

അധമന്റെ കൺകളിൽകത്തുന്ന കാമത്തിൻ
കരുവായിത്തീരുവാൻ ഞങ്ങളില്ല..
അനാഥത്വമെന്നൊരാ,ഭാണ്ഡവും പേറി
ജീവിച്ചൊടുങ്ങുവാനാവില്ലിനി...
അക്ഷരംതേടുന്ന കൈകളിൽ നിങ്ങൾതൻ,
ആയുധമേന്തുവാൻ നേരമില്ല...!

മതങ്ങൾ,മതിലുകൾ,തീർത്തൊരു കൂട്ടിൽ
മറഞ്ഞിരിക്കാൻ മനസ്സില്ല..
കൊടിയുടെ ചോട്ടിൽ രാഷ്ട്രീയത്തിൻ
കോമരമാകാനിനിയില്ല..
ലഹരിക്കടിമകളായീഭൂവിൽ
പുഴുക്കളാകാനാവില്ല...!

ഒന്നിച്ചിരുന്നു,പഠിച്ചിടേണം,
ഒന്നിച്ചിരുന്നു,കഴിച്ചിടേണം
ഒന്നിച്ചിരുന്നു,കളിച്ചിടേണം ...
ഈ നാടിന്റെ കാവലായ് മാറിടേണം..!

ഹിന്ദുവും, ക്രിസ്ത്യനും,
മുസൽമ്മാനുമാകേണ്ട...
ഇവിടെയീമണ്ണിൽ മനുഷ്യരാകാം...
സാഹോദര്യത്തിന്റെ തോള് ചേരാം..!

ഒറ്റക്കൊമ്പൻ

അതേ, ഇവനൊരൊറ്റക്കൊമ്പൻ...!
നിന്റെ കൺകളിൽ ഇവനൊരൊറ്റയാൻ..!
കാട്ടുകൾ, മേട്ടുകൾ ചവുട്ടിമെതിച്ച് പുളച്ച്
മേയുമൊരൊറ്റക്കൊമ്പൻ..!
കൺവെട്ടമേറ്റതെല്ലാം
തകർത്തെറിഞ്ഞെത്തിയോരൊറ്റയാൻ...!

ക്കൂടില്ല, ക്കൂട്ടില്ല, ക്കൂട്ടംപിരിഞ്ഞൊറ്റയായി
തീർന്നൊരൊറ്റയാനി,വനൊരൊറ്റ,
കാരനല്ലാത്തൊ,രൊറ്റക്കൊമ്പൻ..!
കഥകളതങ്ങിനെ പലതുമുണ്ടെന്നിരിക്കിലും,
പലവുരുപശിയേറി പാഥേയവഴിതേടും,
പലവുരു പഴിയേറ്റൊരൊറ്റയാനിവൻ..!

പുലർകാല മഞ്ഞിൻ പുതപ്പുമായെത്തുന്ന,
പ്രണയാർദ്രതകളെ കണ്ടില്ലെന്നു നടിച്ചവൻ...!
കാരണ,മിവനൊരൊറ്റയാൻ..!
സ്നിഗ്ധ മോഹങ്ങളുടെ ചിറകു വീശിയടുക്കുന്ന
കാറ്റിനെതിരേ തിരിഞ്ഞു നിന്നിവനൊരൊറ്റയാൻ..!
അലിവു ചുരത്തുമൊരു ഹൃത്തിന്നുടമയാണെങ്കിലും,
ഇവനിന്നുമൊരൊറ്റയാൻ... !
ഒറ്റയാനിങ്ങനെയല്ലേ... അതേ..
ഒറ്റയാനിവനിങ്ങനെയാണ്...!!

ചരടറ്റപട്ടം

കനവെരിഞ്ഞ,കനലിൻചാമ്പലിലുറഞ്ഞു
പോകാതുറങ്ങുന്നുണ്ടൊരുനൊമ്പരഹൃദയം...
ഒടുങ്ങാത്തപ്രണയശിലയിൽ
ശിഥിലമാക്കപ്പെട്ടൊരുവൃണിതമാനസം,
വിരഹദു:ഖ,ശിഖരത്തിലൂയലാടുന്നുണ്ട്... !

ഉച്ചഭക്ഷണപ്പൊതിയുടെ
വിരസനിമിഷങ്ങളിൽമാത്രമോർമ്മയിൽ
വരുംവണ്ണമീ,മുഖവുമപ്രസക്തമാവുന്നു ...
വഴിപിരിയാതിഴപൂണ്ടുവാഴുമീലോകമറ്റ്
പോകുവോളമെന്നൊരു പഴംപുരാണം,
ചരടറ്റപട്ടമായ് ദിശതെറ്റിപ്പാറിപ്പറക്കുന്നു...!

ഹൃദയകവാടപ്പടിയിലിരുന്നുകൊരുത്ത
മഞ്ചാടിമണികളടർന്നു, ചിതറിത്തെറിച്ച
ചിരകാലസ്വപ്നച്ചിലങ്കയുടെ,ചിലമ്പിച്ച
ധ്വനികളിൽകനിവറ്റ, നിഷേധത്തിൻക്ലാവ്പറ്റി...
അന്ധമാംപ്രണയഗോപുരമുനമ്പിലിരുന്ന
മുറ്റിയഗർവ്വിന്റെ ശിരസ്സി,ലവഗണനച്ചുറ്റികയുടെ
അപ്രതീക്ഷിതപ്രഹരം....!

ഒടിഞ്ഞുവീണുപോകുന്ന ശിരോനാഡികളിൽ
ഒഴുകിപ്പായുന്നുണ്ട്, ആരംഭദശയിലെ
വ്യർത്ഥജൽപ്പനങ്ങളുടെ വരിതെറ്റിയ
അക്ഷരപ്പൊട്ടുകൾ ..
ഉച്ചഭക്ഷണപ്പൊതിയുടെ
വിരസതയിലൊതുങ്ങുന്നുണ്ടിന്നും,
ചില ഹൃദയശേഷിപ്പുകൾ !

കരുതിക്കളം

നിന്റെ കരുതിക്കളത്തിലെന്റെ
കരൾപ്പറിച്ചുവച്ചുഞാൻ..
നിനക്കുതുള്ളിയുറഞ്ഞുമേയാൻ
നെഞ്ചുപൂക്കുലയാക്കി ഞാൻ..!

തൊണ്ടപൊട്ടിപ്പാടി ഞാനൊരു
നാവൂറിന്നീണം...
കളമെഴുത്തിൻമേലേ നീയൊരു
നാഗഫണമായ് വിരിഞ്ഞു നിന്നു ..
മുടിയഴിച്ചിട്ടാടി നിന്നിലെച്ചമയമഴിച്ച്
കളഞ്ഞൊരു ദേവകന്യകയായി..!

ഇളനീരുനിറുകയിലിറ്റി നിന്നുടെ
ദാഹശമനം വരുത്തിയോർ..
കലശമാടിയൊഴിഞ്ഞ കുടങ്ങളിൽ
ശൂന്യതയുടെയിരുൾ നിറഞ്ഞു
അഷ്ടഗന്ധപ്പുകയൊടുങ്ങി
നീറുപൊങ്ങിപ്പറന്നുപോയ്..!

കരൾ പറിഞ്ഞൊരു നെഞ്ചുമായ്ഞാൻ
നാദമറ്റൊരു കുടവുമായ്
തിരികൾ കെട്ടൊരാ കൽവിളക്കിൻ
അരികുപറ്റിയിരുന്നു പോയ്... !

ഗോപികാവിരഹം

ഞാനൊരു പാവം മഴമുകിലായ്
മനമുരുകിപ്പലനാളായലയുന്നു കണ്ണാ
നിൻമാറിലണിയുംതുളസിക്കതിരാവാൻ
നിത്യപൂജഹാരവുമായ് കാത്തിരുന്നു..
തപനന്റെ ചൂടിൽ ഉരുകാതിവളിന്നും താരിളം
മോഹവുമായ് കാത്തിരുന്നു...

കണ്ണാ നിൻ കാലടിസ്പർശനസുകൃതിയിൽ
സുചിരസുഖംതേടുംമൺതരിയാകുവാൻ
പിന്നെയാ ചുണ്ടിലെമുരളികയാകുവാൻ
കാലങ്ങളേറെയായ് ഞാൻ കൊതിപ്പൂ
കാമനനയനാ നീ വന്നീടുമോ..

വൃന്ദാവനതരമേട്ടുകളിൽ ഇവൾ വാരിജനയന
നിന്നെയും തേടി വല്ലാതുലഞ്ഞങ്ങ് നിൽക്കുമ്പോൾ
ഒളിച്ചിരുന്നിവളുടെ വ്യഥയിൽ നീയൊരു
മൃദുമന്ദഹാസം തൂകിയെന്നോ!

കുഞ്ഞിക്കിളികൾ

മാനംനോക്കിപ്പായുന്ന മേഘത്തുമ്പീ നീയും
ചെല്ലം ചെല്ലം മൂളുന്നകുഞ്ഞിക്കാറ്റും വായോ...
താഴെയീമേട്ടിലെ,പൂനുള്ളാൻ വാ..വായോ..
ഓലഞ്ഞാലിത്തുമ്പത്തെ മഞ്ചാടിക്കിളിയെ
ചന്നംപിന്നം പാറിനടക്കും പൂവാലൻ വണ്ടേ..
കുമ്പാളത്തുമ്പിലെ തേനുണ്ണാൻ വാ വാ യോ...

പുന്നാരം ചൊല്ലുന്ന പൊന്നാരപ്പൂമൊട്ടേ ..
മേലാകെപ്പൂമണം കൊണ്ടുത്തായോ..
കുന്നിക്കുരുമണിക്കുട്ടിനുള്ളിലെ
കുഞ്ഞിക്കുരുവിയെ കൂട്ടിനായെത്തുമോ...?
ആരോരും കാണാതെ തേനുണ്ട് പാറിപ്പാറാം..
താമരക്കുമ്പിലെ പൂത്തുമ്പിയായ് പറക്കാം...

കണ്ണാരംപ്പൊത്തിയാ കിന്നാരം ചൊല്ലീടാം..
മഞ്ചാടിക്കുന്നിലെ ചേലും കാണാം..
കുട്ടിക്കുറുമ്പുമായ് കൂട്ടൊന്ന് കൂടീടാം..
കാറ്റിൻ തുമ്പിലേറി ഊയലാടീടാം..
ആരോട്ടും ചൊല്ലാതെ വർണ്ണക്കുട ചൂടീടാം..
അമ്പിളിക്കുമ്പിളിൽ മാമുണ്ട് ചാഞ്ഞുറങ്ങാം...!

അമ്മ

"അമ്മ".. എന്നത് ഒരു വാക്കല്ല എന്നതുകൊണ്ടും.
അമ്മയ്ക്കായി... എനിക്ക്ശ്വാസം നൽകിയ
അന്നു മുതൽ ശ്വാസം നിലയ്ക്കുവോളം ഈ വരികൾ...
ഹൃദയശൂന്യരായ മക്കൾക്ക് ഒരോർമ്മപ്പെടുത്തൽ..!

ആർദ്രമാം മാനസകങ്കബിൾനിറച്ചെത്തും
അമൃതാണെന്നുമീയമ്മ...

ആത്മാവിൻഭാഗമായുദരത്തിലേറ്റിയന്നയിരേകി
പോറ്റിയോരമ്മ...
ഉദരത്തിലുയിർകൊണ്ടനാൾതൊട്ടങ്ങോളം
പിറവിയ്ക്ക് കാതോർത്തോരമ്മ... !

ജീവനം,ചോരയും, ഓജസ്സും നൽകിയന്നാദ്യത്തെ
ദാനമായമ്മ...
വളരുന്നമട്ടിലായ്പ്പാലൂട്ടി,തേനൂട്ടി
വെയിലേറ്റുവാടാതെനോറ്റുവമ്മ...
ബാല്യത്തിൻവഴികളിൽ കൂടെനടന്നന്ന്
മാമൂട്ടിവിട്ടതും അമ്മ...!
അറിവിന്റെ മുറ്റത്തന്നാദ്യംകരഞ്ഞപ്പോൾ
കൂടെ കരഞ്ഞിരുന്നമ്മ...
വ്യാധി മുഴുത്തുകിടന്നൊരാനാൾകളിൽ
ആധിമുഴുത്തിരുന്നമ്മ...!

ജീവിതവീഥികളിലിടറാതെ നിൽക്കുവാൻ
നോമ്പുകൾ നോറ്റിരുന്നമ്മ...
തൻകാലിൽനിന്നങ്ങുയരങ്ങൾതാണ്ടുമ്പോൾ
മൂർദ്ധാവിൽ ചുംബിച്ചൊരമ്മ...
ജീവിതക്കൂട്ടിന്ന് പെണ്ണാളുവന്നപ്പോൾ
കൈപിടിച്ചേറ്റിയതുമമ്മ...
നൊന്തുപെറ്റമ്മയെ,കാലത്തിൻകൈകളിൽ
തള്ളിവിട്ടെന്നിട്ടുപോലും,
എന്നുമാകുഞ്ഞിന്റെവഴികളിൽനന്മക്കായ്
പ്രാർത്ഥിച്ച്'കണ്ണീർ തൂകീയോരമ്മ...
മരണക്കിടക്കയിലുംഎത്താ,കുഞ്ഞിനായി
നന്മകൾ നേർന്നോരമ്മ..
എന്നും നന്മകൾ നേർന്നോരമ്മ... !

പുലാധിപൻ

പുലത്തിന്നധിപനായിരുന്നവൻ ഞാനൊരു
പുലയവംശജാതകൻ !
പുലരിതൊട്ടന്തിയോളം പുലത്തിൽ
വിയർപ്പൊഴുക്കി,വിത്തിറക്കി,പ്പതിരുമാറ്റി,
ക്കതിരുകേറ്റിത്തന്നവൻ...!

സൂര്യതാപച്ചൂടതേറ്റീ, ക്കരിവീട്ടിക്കറുപ്പിന്റെ-
യേഴഴകുമായ് വെണ്മയുവിയ നെഞ്ചുമായ്
തലയു,യർത്തിനിന്നവൻ..
ചതിയറിയാ,മനസുമായ് മണ്ണുഴുതുമറിച്ചവൻ
ഞാൻ പുലയൻ .!

കറുത്തമാനസക്കൂട്ടമൊരുനാൾ
കുടിലതന്ത്രക്കോട്ടകെട്ടിയെന്നുടെ
പുലത്തിന്നവകാശം തട്ടിയെടുത്തില്ലേ..
നിങ്ങൾ തട്ടിയെടുത്തില്ലേ...
പിന്നെ,പ്പാടവരമ്പിൻചേറ്റിലെന്നുടെ
സ്വത്വമറുത്തില്ലെ ....
ജാതിക്കോമരക്കാലിൽകെട്ടി,
യറുത്തെടുത്തില്ലെ ഞങ്ങടെ
കുലം തകർത്തില്ലേ...!

പുലയനെങ്ങനെ പൊലനായി... ?
പുലത്തിന്റെജന്മി, ഞാനൊരു പൊലയനല്ല
പുലയനാണ്...! ഞാനൊരു പുലയനാണ്..!

പരാജിതൻ

ചങ്കുപറിച്ചേകിയവൾ,ക്കെന്നിട്ടും ചെമ്പരത്തിപ്പൂവെന്നു
ചൊല്ലിയെറിഞ്ഞൂ...
ചങ്കുപൊട്ടിക്കരഞ്ഞ,തവൾ തട്ടി,
കള്ളക്കണ്ണീരെന്നു ചൊല്ലിത്തെറിപ്പിച്ചു..!

പൊള്ളുന്ന വാക്കുകൾകൊണ്ടവൾ നേരിന്റെ,
നെഞ്ചിലൊരു കുന്തമുന കയറ്റിത്തിരിക്കുന്നു...
പ്രണയമിത് സത്യമാം നോവതാണെന്നറിയാതെ,
മിഥ്യാധാരണയിലുറപ്പിച്ച പാദങ്ങളിൽ നിന്നവൾ...!

പരിഹാസശരമെയ്തുതകർത്തിന്നീ കരൾ ഭിത്തിയാകെ
അവസാന ശ്വാസംനിലച്ചുകിടന്നിവൻ പരാജിതൻ !
പാതി തുറന്നിരുന്നാമിഴികളിൽ,
ബാക്കിയാക്കിയാണവൾക്കുള്ള ചോദ്യം !
ഇനി നിന്റെ മിഥ്യകൾക്കെന്തു പ്രസക്തി...?

വിശ്വാസം

രാശിതൻ ചക്രം തിരുത്തുവാനാകുമോ...?
രാജസൂയങ്ങൾ നടത്തിയാൽത്തീരുമോ...?
ജന്മജന്മാന്തര വീഥിയിൽ തീർക്കുന്ന ജന്മദോഷത്തിൻജരാ
നര തീർക്കുവാൻ ജാലവിദ്യതൻകരത്തിനാലാകുമോ...?

പണിശാല കൈവിട്ടു, പാർപ്പിടം പോയിന്നു,
സ്ഥാവരജംഗമ വസ്തുവകകളും...
ദുഃഖത്തിൻ ചുഴിയിലകപ്പെട്ടുഴലുന്നു തെളിയുന്നു
മുൻപിലായ് ഗണകചിത്രം ..!

നിരത്തുന്നു കവടികൾ മന്ത്രപ്പലകമേൽ
നിർത്താതെ ചൊല്ലുന്നു മനഃപ്പാട മന്ത്രങ്ങൾ...
ആധിമുഴുത്തെത്തിയുലയും മനസ്സിലന്നാഴ്ത്തുന്നൊരവസാന
വിശ്വാസത്തിന്നാണിയും...!

പ്രശ്നത്തിലുയരുന്ന ദോഷങ്ങളൊക്കെയും
നിരത്തുന്നു പലപേരിൽ ഭാവത്തിലും..
കർമ്മദോഷം പിന്നെ ശത്രുദോഷം പിതൃദോഷവും
കൂടാതെ വാസ്തുദോഷം...!

ചെയ്യണം കർമ്മങ്ങൾ മുറപ്പടി തെറ്റാതെ
ചൊല്ലിക്കുറിയ്ക്കുന്നു കുറുപ്പടി നീളത്തിൽ
പ്രതിവിധി ശീഘ്രം തുടങ്ങണമെങ്കിലെ
മുക്തി വരുമെന്ന് ഓതുന്നു ഗണകനും...!

ഹോമങ്ങൾ, രക്ഷകൾ, ചരടുകൾ, മുട്ടുകൾ, ഏലസ്സും,
നോമ്പുകൾ യാത്രകൾ പലവിധം...
കാലചക്രത്തിൻ കളികൊണ്ട് കാലിയാം
കീശയോ,യിന്നിതാ ചോരുന്നു വീണ്ടും...!

ചിരിയ്ക്കുന്ന കാലവുംകാലദോഷങ്ങളും
മന്ത്രകുതന്ത്രമറിഞ്ഞവൻ ജേതാവും
എല്ലാം കഴിഞ്ഞൊരാ മാന്ത്രികൻ വാക്കിലോ,
ഇനിയെല്ലാമടിക്കടി കയറ്റമല്ലേ... !

അതു കേട്ടാരൊശ്വാസ,നിശ്വാസം പൊഴിയ്ക്കുന്നു
ഇനി മുതൽ കഷ്ടങ്ങൾ തീരെയില്ല !
ദിവസങ്ങൾ മാസങ്ങൾ എണ്ണിയടർന്നങ്ങു
വർഷങ്ങൾ വഴിമാറി വന്നു പോയി...!

ഊണില്ലുറക്കമില്ലാതെയാ,യീമണ്ണിൽ
മിണ്ടാട്ടമൊട്ടുമില്ലാതെയായി...
വഴിപാട് വഴിപോലെ പലതും കഴിപ്പിച്ചു ഏലസ്സും,
ചരടുംയഥാവിധി ധരിച്ചിട്ടും തീരാതെ തുടരുന്നു
ദുരിതാന്ധകാരം... !

കാലത്തെ വെല്ലുന്ന കർമ്മങ്ങളുണ്ടോ...?
സത്യത്തെ അറിയാത്ത മിഥ്യയുണ്ടോ...?
പൊളികൊണ്ട് കഴിയുന്ന മനമേ നീയോർക്ക...
ഗതിയില്ലാപ്പാവങ്ങൾ വഴിമുട്ടിയെത്തുമ്പോ,ളവർ
തൻ ഗതിവിഗതി നിൻനാവിലെന്ന്...!

ശ്രീ എന്ന സ്ത്രീധനം

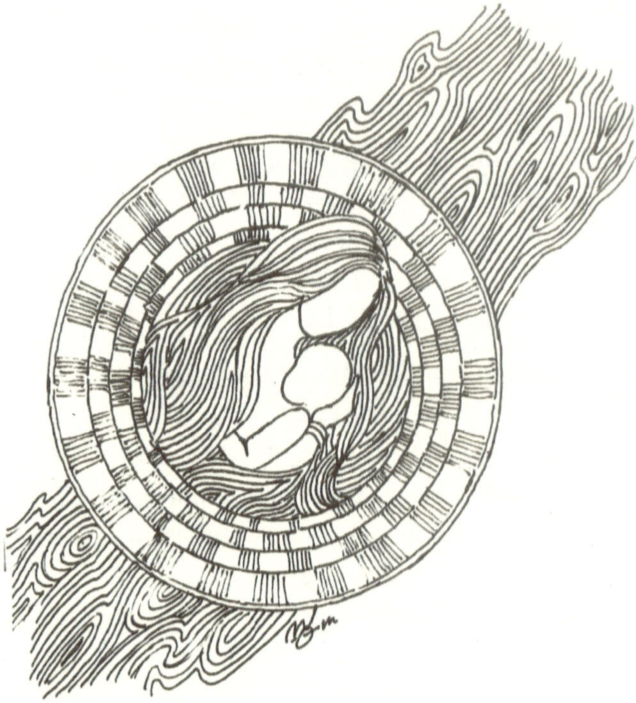

പെൺകുഞ്ഞ്,പൊൻകുഞ്ഞവൾ ..
വീടിന്റെ പൊൻമുത്തവൾ
അമ്മയ്ക്കുമച്ഛനുംകണിയായ് വളർന്നവൾ
ആരാമസൗഗന്ധശ്രീയായവൾ...
മംഗല്യനാളിലൊരു,നിറദീപപ്രഭളുകി
നിൻപൂമുഖപ്പടികടന്നെത്തുന്നവൾ...
പതി,യെന്ന ജീവിതപ്പാതിവിശ്വാസത്തെ
നെഞ്ചേറ്റി,നിൻപാതിയാകുന്നവൾ... !

പൊന്നല്ല,പണമല്ലപ്പിന്നെയോ,ശാശ്വത,
സ്ത്രീയെന്നധനമാണവൾ...
ജീവന്റെപാതിപകുത്തേകിനിന്റെ,
വംശത്തിന്നാധാരശിലയായിവന്നവൾ !
എന്നിട്ടുംകണ്ടില്ല,യധമൻനീയവളിലെ
ശ്രീത്വംതെളിഞ്ഞൊരാനിറപുഞ്ചിരി...
ഒരച്ഛന്റെയമ്മയുടെനെഞ്ചിലെ,
കനലിൽ നീ വെന്തുരുകിവെണ്ണീറായ് എരിഞ്ഞൊടുങ്ങും.!

മാതാപിതാക്കളെ,നിങ്ങളോർക്ക...
നെഞ്ചിൽനേരുള്ള,അദ്ധ്വാനശീലരാം
യുവതയുടെകനവുകളനേകമുണ്ടിവിടെ...
പൊന്നിനും,സ്വത്തിനുമല്ല പെണ്ണിനെപ്പൊന്നായി
കാണാൻമനസുള്ളവർ !കാണാതെപോയതതു,ചെയ്തകുറ്റം,
നിങ്ങൾ മക്കൾതന്നന്ത്യത്തിൻ കുഴിതോണ്ടിയോർ...!
പെൺമക്കൾതൻ,പൊൻമക്കൾതന്ന
ന്ത്യത്തിൻകുഴിതോണ്ടിയോർ...!

മാറണം,മാറ്റണംമാറാല മൂടിയൊരാർഭാട ചിന്തകൾ ..
സ്ത്രീയെന്നധനമാണ് സത്യമത്,
മണ്ണിൽ ഓർത്തീടുക,നമ്മൾമാറീടുക...
പെൺകുഞ്ഞവളെന്നും പൊൻകുഞ്ഞവൾ...
ഭൂമിക്ക് പൈതൃകപ്പുഴയായവൾ... !

മതം എന്ന മദം

നീ കൃഷ്ണനോ...? മിശിഹയോ അതോ മുഹമ്മദോ ..?
എവിടെ നിന്റെ സ്വത്വം...? ഇവിടെ ജനിമൃതികൾ
നടന്നിരുന്നൊരു കാലം അത് നിയതിയ്ക്ക് പ്രാമാണികം...!

ഇന്നിന്റെ യവനികയ്ക്കുള്ളിൽ കുറിയ്ക്കുന്ന കാലവും നേരവും,
ജനിമൃതിതൻ കാലവും നേരവും !
നിനക്ക് ജീവിതാന്നവും വായ്ക്കരിയും കുറിയ്ക്കുന്നിന്ന്
ആയുധമേന്തും നരഭോജി മനസുകൾ...!

പൊലിയുന്നിവിടെ ജീവിത സ്വപ്നത്തിന്റെ
മൂപ്പെത്താക്കതിരുകൾ...
ആരാരോട് പറയാൻ...?
ഇവിടെ കൃഷ്ണനും ക്രിസ്തുവും മുഹമ്മദും സ്വതന്ത്രരല്ല...
പകരമൊരു ചരടിലെ കളിപ്പാവകൾ...
രാഷ്ട്രീയ, ജാതിയക്കോമരച്ചരടിലെ
ജീവനറ്റ കളിപ്പാവകൾ ..!

ഏകാകി

എന്റെ നീലാകാശത്തിലെ കറുത്ത മീനുകളെ
നിങ്ങളെന്റെ വെളുത്ത മഴത്തുള്ളിയെ കണ്ടുവോ..?
ഞാനിവിടെ ഏകനാണെന്നൊന്നു ചൊല്ലുമോ?
അവൾ ജീവനേകിയൊരാ
പ്രണയമന്ദാരങ്ങൾ കറുത്തു പോയി..!

നട്ടുനനച്ചിട്ടൊടുവിൽ നാരുകരിഞ്ഞൊരു
ജഡമായ്, ജീവശ്ചവമായ്
വിട്ടു നീ നൽകിയെന്നോ...?
ഈ ഭൂമിയ്ക്ക്ഭാരമായടർന്നു പൊഴിയാൻ...?
എന്റെ അഗ്നിശാഖികളിൽ മഞ്ഞുമഴ
പൊഴിച്ചിട്ടവള,ഗ്നിപൂക്കുന്നത്
കാണാൻപോയി,യെന്നോ...?
പൊരിചിതറിപ്പാറുമീ,രാവിലൊരഗ്നിശില
മിഴിപൊഴിച്ചതറിഞ്ഞതില്ലേ...?
മൃത്യുവിലുമടരാൻ കൂട്ടാക്കാത്തൊരു
പ്രണയമാനസമുണ്ടെന്നതറിഞ്ഞതില്ലേ .?
എങ്കിലിന്നറിഞ്ഞോളൂ നീ...
മരണത്തിലുമടരാൻ കഴിയാത്തൊരുഹൃത്തു
പൂത്തുനിൽപ്പുണ്ടിന്നും...
പ്രണയക്കനലിൽ വിരിഞ്ഞൊരു
നിത്യസത്യത്തിൽ വിരിഞ്ഞൊരു
പ്രണയമാനസം ..!

കെടാവിളക്ക്

അമ്മയെന്നുമെന്നാത്മാവിൽ നിറയുന്ന,
ശ്വാസദീപത്തി,ന്നണയാത്ത നെയ്ത്തിരി ..
എണ്ണവറ്റാത്തൊരാ,യഞ്ചുതിരിനാളത്തിലാണെന്റെ
ജീവനമിന്നും...!
ജ്വലിക്കുന്നിന്നും മങ്ങാതെ,യെൻശ്വാസ
ത്തിന്നവസാനത്തിരികെട്ടുവോളം...!

അമ്മയല്ലാതില്ല മറ്റൊന്നുമീ ഭുവിൽ!
അമ്മയാണെന്റെ ന്യായവും നീതിയും!
കരകവിയും പുഴപോലെൻ ഹൃദയതാളമാണെന്നുമമ്മ...
ഏതു തണുപ്പിലും പുതപ്പായ് പൊതിഞ്ഞുനെഞ്ചോട്ടു
ചേർക്കുമെന്നമ്മയാണെന്നുമെൻപുണ്യം!

പുണ്യാഹത്തുള്ളികളിലെ
പവിത്രകണങ്ങളാണെന്നുമെന്നമ്മ...
എന്റെ സിരകളിലൊഴുകുന്ന
ജീവരേണുക്കളാണെന്നുമമ്മ...
അമ്മയോർമ്മയില്ലാതൊരു,രാവുവുമില്ലിവന്റെ,
ശ്വാസമറ്റു വീഴുവോളം...
അമ്മ...! അമ്മയാണെന്നിലെ ഞാനെന്ന സ്വത്വം.!

അച്ഛൻ

അച്ഛനെന്നതൊരു വാക്കല്ല...
രക്തശാഖികളിലൂറിനിറയുന്ന
ആത്മബന്ധത്തിൻ നിറദീപമാണെന്നുമച്ഛൻ...
മകനായും ഉടപ്പിറപ്പായും പിന്നെ കാമുകനായും
ഭർത്താവായും സുഹൃത്തായും പിന്നച്ഛനായും
കർമ്മ വീഥികളിലൂടെ വിയർപ്പൂറിയൊട്ടിയ
ദേഹവും ദേഹിയും സ്വധർമ്മകെടാദീപം
പ്രോജ്ജ്വലിപ്പിച്ച നിർത്തുന്നതിനായ്
സമർപ്പിച്ചൊരച്ഛൻ...!

നിന്റെ ദൂരവഴികളിലെ തണലായ് തുണയായ്
വിണ്ടുകീറിയ ചുവടുകളിൽ ബലമേറ്റി നിന്നവനച്ഛൻ !
എന്നിട്ടുമിന്നീയേകാന്ത ചുവരുകളുടെ നിസ്സഹായതയിൽ
ദീനനോട്ടമെറിഞ്ഞു കിടക്കുന്നതുമച്ഛൻ...!

നിരാലംബന,ച്ഛനൊട്ടുവിലൊരുമുഴം
കയറിലാടിയുറങ്ങുമ്പോൾ
നടതള്ളിയകലുന്ന മക്കളേ... നിങ്ങളോർക്ക...!
നാളെ നിങ്ങളുമേകരാകും നിശ്ചയം !
അന്നവസാനദാഹ ജലത്തിനും പിന്നാ,വായ്ക്കരിക്കും
ദാഹിച്ചവരണ്ട ചുണ്ടുകളിൽവട്ടുക്കൾ
വീണ് തിണർത്തിരിക്കും...!

പുനർജനി

പുന:ർജ്ജനിക്കുമെങ്കിൽ, വീണ്ടുമന്നൊരു
പ്രണയഗീതകമെഴുതാം...
ഒറ്റപ്പെടലിന്റെ വിദ്വേഷത്തിൽ നിന്നും
പൊട്ടിയടർന്നവികാര,വിചാരത്തിന്റെ
പകർപ്പുകളന്നുകൂട്ടിചേർത്ത് വായിച്ചുകൊള്ളണം നീ...!
മനസിലാകില്ലെങ്കിലെന്റെകുറ്റമല്ലത്...!

ഇന്നലെയുടെ താളുകളിൽ കുറിച്ചതിലധികവും
നിന്റെചിന്തകൾക്കന്യമായിരുന്നില്ലേ...
മനസിലാകാഞ്ഞതല്ല എങ്കിലും നിന്നോളം വളർന്ന
വാശിക്കനുസൃതം സഞ്ചരിച്ചേതീരൂ എന്ന
ബുദ്ധിശൂന്യതയാവാം..
നോവുകൾ ചിന്തിയ എന്റെ ഹൃദയ-
ധമനികളിലൂറിയചുവപ്പിൽ,
വെളുത്ത കരങ്ങൾ മുക്കിയെടുത്ത്
ചില്ലിട്ടടച്ച് വച്ചുനീ...
അപ്പോഴും ആ,ചുവപ്പിന്റെ ഭംഗിയിലായിരുന്നു
നിന്റെ കണ്ണുകൾ..!

അനിവാര്യമായ സാമീപ്യം കൊതിച്ചിരുന്ന എന്നിലെ
വ്യഥകളെ ,നിരുപാധികം അവഗണനയുടെ
ചവറ്റുകുനയിൽ തള്ളിക്കളഞ്ഞു..
നീ,നിന്റെ വിരൽത്തുമ്പിൽ തടഞ്ഞ
എന്റെ ഹൃദതുടിപ്പുകളേ,കറുത്തിരുണ്ട ഭിത്തിയിൽ
തുടച്ചുവൃത്തിയാക്കി നടന്നകന്നു...!

ഒരിക്കലും മായാത്തകറുപ്പിലലിയാതെയൊരു
വിരൽപ്പാടവിടെ ശേഷിച്ചതും, അറിഞ്ഞില്ല
ഞാനൊഴികെ നീയും...!
എന്നിട്ടും വാചാലമായ പ്രണയഗീതങ്ങൾ
പാടുന്ന തിരക്കിലായി നീ .. !

ആർത്തിരമ്പുന്ന മഴക്കാറ്റുകളിൽ എന്റെ
ചിറകടിയൊച്ച നനഞ്ഞു പോയി...
പെയ്തുപതിച്ച മഴത്തുള്ളികളിലൊന്നിൽ എന്റെ
ഹൃദയരക്തമലിഞ്ഞൊരുതുള്ളി,
ഈ മണ്ണ്ചേർത്തുവച്ചിട്ടുണ്ട്.
ഒരു പുനഃർജ്ജനിയിലൂടെ മുളച്ചുപൊന്താൻ...
പുനഃർജ്ജനിക്കുമെങ്കിൽമാത്രം...!!

നടനം

ശ്യാമവർണ്ണന്റെ രാഗമുരളിതൻ നാദകല്ലോലിനി...
നളിനതീരങ്ങൾ തഴുകിയുണരുമൊരു പ്രേമസംഗീതമായ്..
ചന്ദനംതോൽക്കും മേനിയഴകിലാ
രാത്രിമായുന്നു..
വാനതീരങ്ങൾ വെൺകുടങ്ങളിൽ
പാലമൃതമേന്തുന്നു..

നിത്യനെയ്ത്തിരിനാളമെരിയുമാ
നൃത്തമണ്ഡപത്തിൽ
നറുവെണ്ണപോലുമറിയാതലിഞ്ഞുപോം
ഉടലിതാടുന്നു
ഗോപകന്യതൻ ചുവടിലുണരുമൊരു
നടനതരളലാസ്യം..
പവിഴമുത്തുമണികൊഴിയുമളവിലാ,
മുത്തു പൊഴിയുന്നു
നീർമുത്തു പൊഴിയുന്നു..

കൃഷ്ണവർണ്ണങ്ങൾ ചെയ്തുതീരുന്ന
ഗ്രീഷ്മതീരങ്ങളിൽ
കളമൊഴിക്കിളി കാതിൽമൂളുന്നു
കാവ്യഗാനാമൃതം
മൃദുപാദമറിയാതിളകിവീഴുന്ന നൂപുരച്ചിന്തുകൾ
കമലിനീമിഴികൾ കൂമ്പിയടയുമീ യാമയവനികയിൽ
പൊൻചേലയുടയുന്നു..

കായംകുളം കൊച്ചുണ്ണി

കള്ളൻ ഇവൻ നല്ല കള്ളൻ
കായംകുളത്തിന്റെ കള്ളൻ
കൊച്ചുണ്ണി എന്നൊരാരാ കള്ളൻ
കരുണാർദ്ര മിഴിയുള്ള കള്ളൻ...

അടിമത്ത വീഥികളി,ലടരാടി നിന്നൊരാരാ ധീരൻ
മനുകാല സ്മൃതികളിൽ മന്വന്തരങ്ങളായ്
എന്നെന്നുമുയിരുള്ള കള്ളൻ
നെഞ്ചിൽ നേരുള്ള കള്ളൻ...

പാമരക്കുടികളിൽ പാഥേയമായൊരാരാക്കള്ളൻ
കനലുകൾ പൂക്കുന്നകരളിന്റെയുള്ളിലൊരു
കാമിനി കൂട്ടിനുവന്നു
കിനാവിന്റെ പൂനിലാ പോലെ കരിമിഴിയാളവൾ നിന്നു...

പലവുരു ചോറുണ്ടകൈകളിലന്നവൻ
ബലി നല്കി തൻ ജീവരക്തം നെറികേടിൻ
നിറമുള്ള രാവിന്റെ മാറിൽ
നെഞ്ചും വിരിച്ചവൻ നീങ്ങി
കൊച്ചുണ്ണിയെന്നൊരാരാക്കള്ളൻ...!

അസ്തിത്വം തേടി

കത്തുന്ന രണഭൂമി മുഴങ്ങുന്നധികാര കാഹളം
അനർഹം പറിച്ചെടുത്തീടുന്ന ജീവന്റെ ജീവതാളം
ധമനികൾ കീറിയൊഴുക്കുന്ന ചാലുകൾ
ഉപ്പിന്റെ കൈയ്പ്പുള്ള ചോരച്ചാലുകൾ...!

ഇവിടെ പിറക്കുന്ന ശവങ്ങൾ കരയുന്നായുധങ്ങൾ
നിർദ്ദോഷികൾ അജ്ഞാനവർത്തികൾ
ചുമക്കുന്ന പാപഭാരം
ചിരിച്ചാർത്തു നിൽക്കുന്ന മൃഗതൃഷ്ണകൾ...!

ബലിയാണ്ട ചോരയിൽ തിട്ടംവരുത്തുന്ന
നോട്ടിന്റെ കെട്ടുകൾ കാട്ടാളന്മാർ വേദികളിലുതിർക്കുന്ന
വ്യാജമാം കണ്ണുനീർ
ശിലകളായ് മാറുന്ന ന്യായാസനങ്ങൾ
വിലപേശിയൊട്ടുങ്ങുന്ന
സ്ത്രീ-പുരുഷ ബന്ധങ്ങൾ...!

മാനഭംഗങ്ങൾ സംസ്കാരമാകുന്ന
ലഹരിയിലെരിയുന്ന
നിറയൗവ്വനം മാനവ സംസ്കൃതിതൻ
പവിത്രക്കെട്ടറ്റുവീഴുന്ന
ഹേ! അസ്തിത്വം പോയൊരു ജഡശൈലമേ...
നിന്നെ.. എന്ന് ആരു തിരുത്തി നടത്തീടുമീ
നാടിന്റെ നന്മവഴിയിൽ...!

ഹൃദയരാഗം

നിൻ ശരീരകാന്തമെന്നെയൊരു
ശലഭമായ് മാറ്റുന്നു വീണ്ടും...
മധുവുണ്ട് മതിവരാത്തൊരു ഋതുശലഭമായ്
ഇപ്പോഴുമെൻ ഹൃദയമിതു പ്രണയ വീഞ്ഞിനാൽ തുളുമ്പി
മറിയുന്നു അതിലൊരു മുന്തിരിമധുര,
മധരത്തിൽ കിനിയുന്നു...!

ഇന്നീ രാവിലനുരാഗഗന്ധവുമായ് താരിളം
കുസുമദളമത് തേൻകണമിറ്റിച്ച് നിൽപ്പാണ്...
സ്വർണ്ണ നിലാവിൻ വിരിപ്പിനുള്ളിൽ സ്വയമലിഞ്ഞ്
നുകർന്നൊരാ അധരമധുരമെന്നിലെ
മാസ്മര കാന്തി തെളിച്ചുണർത്തി..!

ഇരമ്പിയാർത്തൊരു മാരിയായി ,പിന്നല
മുറിഞ്ഞൊരു തിരയായി, ഒരിളം കാറ്റായി
ഒടുവിലൊരു മഴത്തുള്ളിക്കിലുക്കമായി
നിന്നിലേയ്ക്ക് പെയ്തിറങ്ങി. !

ഒടുവിലൊരു സ്വേദകണമത് നെറുകയിൽഞെട്ടറ്റു
വീണടഞ്ഞതുമറിയാതെ, പാതി കൂമ്പിയ
മിഴികളിലനുരാഗസ്മിതം ചൂടി നീ കുറുകിക്കിടന്നു...
അപ്പോഴുമെൻ ഹൃദയ രേഖകളിലൊരു നൊമ്പര
നിശ്വാസം ബാക്കി നിൽപ്പൂ...!

ഞാൻ, കാറ്റ്

അന്നൊരുനാളിലീഭൂമിയുടെ
സ്വർഗ്ഗകവാടക്കാശ്മീരത്തിലെ
കുളിരൂറും പ്രഭാതത്തിലൊരു
കുഞ്ഞുതെന്നലായ് ഉയിർകൊണ്ടു...!

ഹിമകണത്തണുവിലൂടൊരുയാത്ര
തുടങ്ങിയന്നാദ്യമായ്,
എന്നമ്മയാം കാശ്മീരമേകിയ
വാത്സല്യതണുവിൻപുതപ്പുമായ്...!

ധലമേകിയസൗരഭ്യപൂക്കുടമാറിലേറ്റിയെൻ,
യാനവഴികളിൽ ഏവർക്കും
സുഖമുള്ളൊരാലസ്യമധുരവുമായ് ...!
പെട്ടെന്നറ്റപ്പച്ചപ്പിൻ മുകളിലൂടെ
വിഹ്വലമാം കാഴ്ചയതു നടുക്കമുണർത്തി...!
കറുത്ത മലനിരകളിലലിഞ്ഞു
നേർത്തൊരാർത്തനാദങ്ങൾ,

കബന്ധങ്ങൾ, അധികാരക്കൊതിവീഴ്ത്തിയ
നിണമണമെന്നിലെ നൈർമ്മല്യസുഗന്ധത്തിൻ
മാറ്റു കുറച്ചു...!

രാജധാനിവീഥിയിൽ നരാധമക്കൈകൾ
പറിച്ചെറിഞ്ഞൊരു
പെൺപൂവിൻ മിഴിനീരെന്നുടെകരളിനെ ചുട്ടുപൊള്ളിച്ചു..!

ലക്ഷ്യമറ്റൊരു പട്ടംകണക്കെ,
പാഞ്ഞകന്നവഴികളിലെവിടെയും,
കാഴ്ചയത് കുടിലതയാണെന്നും,
ഇന്നീ തെക്കിനിയുടെമുനമ്പിലറിയുന്നു ...!
കരുണയും ദയയുംവറ്റിയ ക്രൗര്യക്കൺ-
കളിലധികാരമോഹത്തിൻ
കപടതയുടെ കൊടിയേറ്റം...!

എപ്പോഴോയെന്നിലവശേഷിച്ച
നിർമ്മല സൗരഭ്യവും നഷ്ടമായി
പകരം ശവംനാറിമണമെന്നേചുറ്റി നിൽപ്പൂ...!

ഈ ഭാരമിത് സഹിയാവതല്ല..
സടകുടഞ്ഞെന്നിലെ, ഞാനൊരു രൗദ്രക്കൊട്ടുംകാറ്റായ്
തിമിർത്തൊന്നാടിയുലഞ്ഞുന്മാദിയായി
ചുഴറ്റിയെറിഞ്ഞെന്നേച്ചുറ്റിയ ദുഃർഗന്ധ ശൽക്കങ്ങളെ..!
പിൻവിളിയായിക്കേട്ട ദീനരോധനമെൻ മിഴികളെ
പായിച്ചു, പിന്നിട്ട വഴികളിലേക്ക്
ഹോ...! നിരപരാധികളുമകപ്പെട്ടുവെൻകരങ്ങളിലെന്ന
തിരിച്ചറിവി,ലടക്കിയെന്നിലെ എന്നെ
വീണ്ടുമൊരുകുളിർകാറ്റായ്...!

എന്തു പറയേണ്ടു, ഇനിയൊരു ക്ഷമകാട്ടുകയില്ലതോർത്ത്
നടക്ക മനുജാ നീ...!
സംഹാരതാണ്ഡവമാടിത്തിമിർക്കുമന്ന്,
നിൻ ശേഷിപ്പുകളൊന്നുമേ ബാക്കിയാക്കില്ല ഞാൻ... !!

മിഴിച്ചിമിഴ്

വാചാലതയുടെ പൂക്കാലവാതിലുകൾ
മൂകമൗനങ്ങൾക്കൊപ്പം കരിമ്പായൽമൂടി
നരച്ചു പോയിരിക്കുന്നു...!

വിജനത മുറ്റിയവഴികളിലെവിടെയോ,
നിറച്ചാർത്തുകളുടെ സ്വരമണികളുതിർത്തിരുന്ന
മുഖരിതനാളുകളെത്തേടുന്ന മിഴികളുടെ കാഴ്ചദൂരം
മാഞ്ഞു പോകാൻ തുടങ്ങുമ്പോഴും,
കരിഞ്ഞുവീണുപോയൊരാ,
യിലച്ചാർത്തുകളിലൊരുപദചലനത്തിന്
കാതോർത്തുപോയി...!

ശ്വാസമറ്റ് വീഴുംനിമിഷംവരെ കാത്തിരിക്കാതെ
തരമില്ലെ,ന്നെന്തരംഗം കുറുകുന്നു...
നീരുവറ്റിയമിഴിച്ചിമിഴുകളും,തേടുന്നതൊന്നുമാത്രം...
നിജമിതല്ലോ,നേശത്തിനൊപ്പമൊരു
സ്വത്തുമില്ലെന്നതു തന്നെ...!

പ്രാണൻ പിടഞ്ഞുതുടികൊട്ടി,ക്കോമരംതുള്ളുന്നതും
പകരം വയ്ക്കാനില്ലാത്തൊരാ സാമീപ്യത്തെ
പുണർന്നടങ്ങാനാ,ണെന്നറിയുക നീ...!

ഇരുൾപെറ്റു കൂട്ടുന്ന ഏകാന്തച്ചുവരുകൾക്കുള്ളിലായ്,
തൈലഗന്ധത്തിൻ മനംമടുപ്പിൽ
പതംപറഞ്ഞുരുകിത്തീരുന്നൊരു നൊമ്പരമാനസം...!

കാത്തിരിപ്പാണാ,പ്പദനിസ്വത്തിന് മിഴി പാർത്ത്
പതിരില്ലാ പ്രണയത്തിൻ ചൂടിലൊരു നൂറുയുഗത്തിന്റെ
കാത്തിരിപ്പിലും, പ്രതീക്ഷയുടെ
മിഴിനാമ്പുകൾ ബാക്കിയാക്കി...!

ചാരം

ഒരുപിടിച്ചാരമായ്ത്തീരുന്നതാ,ണിതിലുംഭേദം!
ദു:ഖംചുമക്കുന്നവരുടെ ഭാണ്ഡകെട്ടുകളിലൊരിക്കലും
സന്തോഷങ്ങളുടെ,ധാന്യവിത്തുകൾ
നിറയ്ക്കപ്പെട്ടുകയില്ല
ഉള്ളുതുറന്ന്കാട്ടാനാകാത്തൊരു
ദാരിദ്ര്യമാണിന്നവരെ കൊല്ലാതെ കൊല്ലുന്നതും...!

തിരികെകിട്ടാത്തൊരാ,സന്തോഷത്തിന്റെ
നറുനിലാവും മാഞ്ഞുപോകുന്നു.
ഇരുൾപെറ്റകറുപ്പാണിന്നെല്ലായിടവും
ആരാന്റമ്മയുടെ,ഭ്രാന്തിലെനിക്കെന്ത് ചേതമെന്നൊരാ,
നിസ്സംഗമനസുകളുടെനോട്ടത്തിലാണ്
ക്രൂരതതളംകെട്ടിനിൽക്കുക...
കാലപ്രവാഹത്തിലൊഴുകിമറയാൻ വെമ്പുന്നൊരു
ശിരോമകുടത്തിന്റെ തിളക്കവും നഷ്ടമായിരിക്കുന്നു...!

പിടിവിടാത്തൊരു മാനസമിഴികൾ
തേടുന്നീനോവുപാടത്തി,രുമിഴിദൂരം...
നിസ്വാർത്ഥതയുടെ,തണൽച്ചില്ലകളിൽ
ഒരിക്കൽക്കൂടിയീ,ശിരസ്സൊന്ന് താഴ്ത്തിവച്ചൊരു
ശ്വാസമെടുക്കാൻ !
അല്ലെങ്കിലൊരുപിടിച്ചാരമായ്ത്തീരുകയാവും,ഭേദം...!

ആദ്യാനുരാഗം

ആദ്യമാംകാഴ്ചയത്തു വർണ്ണങ്ങളാൽതീർത്ത,
മായാപ്രപഞ്ചമായ് തീർന്നിടുന്നു...!

ആദ്യമാമിഴിമുനകളിലാരാധന,
പിന്നെയതൊരനുരാഗസുധയായയങ്ങൊഴുകി...!

കാണാതെ, കേൾക്കാതെ തഞ്ചമില്ല പിന്നെ,
നെഞ്ചിലൊരു പഞ്ചാരിമേളമായി...!

മിഴിപൂട്ടിയാലാമുഖം മാത്രമായീ,
നിദ്രതൻ തിരശ്ശീല താഴാതെയായ്,
സ്വപ്നത്തിലവർ തരളഹൃദയരായി...!

കാമിതരാവുകളടർന്നു വീണു, കാണെ,
ക്കാണെ കൺകൾ കഴച്ചു പോയി,
കാഴ്ചയുടെ നിറമിറ്റു വീണുപോയി...!

പ്രേമാഗ്നി ചാരമായ് പറന്നുപാറി,
ശുഷ്കിച്ച വാക്കുകൾ മുറിഞ്ഞുപോയി,
ഉരിയാടാക്കാലങ്ങൾ കടന്നു പോയി..!

കണ്ടാലറിയാത്ത, മുഖമില്ലാത്തോർ,
കരണീയമല്ലാതകന്നു പോയി...
എന്നിട്ടുമിന്നുമീമണ്ണിൽ
പ്രണമില്ലാക്കാലമന്യമല്ലേ...!

പിരിയാതെ

തനിയെ നടക്കുവാൻ കൊതിച്ചിരുന്നെന്നുടെ
പിൻപിലായ് കേട്ടൊരാ പദനിസ്വനം...
തിരിഞ്ഞുറ്റനോക്കിയെൻ പിന്നിലായ് കണ്ടതോ
ശൂന്യമാം പാതയിലുരുകുന്ന വെയിലിലിലായ്
തിളയ്ക്കുന്ന കനൽപ്പൂവിൻ ജ്വാലമാത്രം...!

വെറുതെ തിരഞ്ഞു ഞാനെന്റെ പിൻ വഴികളിൽ
കാലങ്ങൾ പിന്നിലായ് കേട്ടൊരീണം...
മാനസം പങ്കിട്ട മധുരമാംനാളിലെ മിഴിവുറ്റ
ചിത്രങ്ങൾ ശലഭമായി...!

വർണ്ണശലഭമായ് വരിനെല്ലിൻ ചാറ്റൂറ്റി നിന്നൊരാച്ചുണ്ടിണ
വിതുമ്പിയന്നാദ്യമായി.. മൊഴിചൊല്ലിയകന്നൊരാ
വഴിവക്കിലായ് മൂഢാഭിമാനത്തിൻ കൂട്ടിൽ വറുത്തൊരീ,
ജീവിതംവഴിമുട്ടിവീണുപോയി...!

ഇന്നും പിരിയാതെ തുടരുന്ന നിഴലിനെ
പേടിച്ചൊളിക്കുവാനോ, വേർപെട്ടു മാറുവാൻ
കഴിയാത്ത ഹൃദയബന്ധത്തിനിഴകളിലുടക്കി നിന്നു...
പിരിയാതെ കൂട്ടെത്തും ഛായയിലലിയാതെ ജീവിതം
സാധ്യമല്ലെന്നറിഞ്ഞു...!

നിത്യവസന്തം

എന്റെ പ്രാണനിൽ കൊരുത്തുവച്ച പുണ്യമേ...
നിന്മിഴിപ്പൂവിലെ പ്രണയമായ് നിറഞ്ഞു നിൽക്കാം...
നിത്യസുഗന്ധമായ്പ്പൊതിഞ്ഞു നിൽക്കാം
ഈ ശ്വാസമെന്നെ വിട്ടകലുംവരേയ്ക്കും!

വിജനനിശയിലെന്നിലെ,ഞാനോ നീയാംനിദ്രയെ
കാത്തു കിടപ്പാണിനിയുംതഴുകിയുറക്കാൻ
കാലവിളംബത്തിൻഹേതുവായത്
എന്തെന്നറിവതില്ലല്ലോ മൽസഖേ... !

പാതിരാപ്പൂവിന്റെ നറുമണമൊഴുകുമീ
ഭാർഗ്ഗവീനിലയച്ചുവരിലെ
ഏകജാലകപ്പാളിതുറന്നെത്തും
മന്ദപവനന്റെകൈകളിൽ
നിന്റേമേനിയിൽ പൂശിവന്നെത്തും
സുഗന്ധതൈലപ്പരിമളം എന്നെ വീണ്ടുമൊരു
ഗഗനചാരിയായി മാറ്റിടുന്നു...

കനൽപ്പൂക്കൾ

നിൻ മനമൊന്നുലഞ്ഞാ,ലതൊരായിരം
കനലാഴിയെരിക്കുമെന്നുള്ളിൽ...
ഓർക്കെയോർക്കെയുള്ളമുരുകുന്നു
നിന്നെവേർപെട്ടെൻ വിദൂര
യാമങ്ങളെങ്ങനെയെണ്ണിത്തീർക്കും...?

നീർത്തുള്ളികളെൻ മിഴിയിണകളെ നിറയ്ക്കുന്നു
രാത്രിമഴ തോർന്ന രാവിൻ നിഴലുമാഞ്ഞതും
പിന്നെ നിൻ മുഖശ്രീയിലാ,പ്രണയദീപങ്ങൾ
നിറമേഴും നിറച്ചരികിൽ നിന്നതും
ഓർമ്മപ്പായയിലുറങ്ങാതിരിക്കുന്നു...!

പ്രണയനൊമ്പരമിതു,താങ്ങാവതല്ലെങ്കിലുമീ,
വിരഹമിതനിവാര്യമെന്നറിയുന്നീ കടലിന്റെയിക്കരെ
മരുപ്പച്ചതേടും ജീവനോ, മൗനമായ് നോവുന്നിന്നും...!

രാഗപരാഗം

പ്രണയമാണെൻ ഉള്ളത്തിലെന്നുമെൻ പ്രിയതേ...
പ്രണയമില്ലാതൊരു നിമിഷവുമെനിക്കന്യമെന്നറിഞ്ഞിട്ടും,
മറഞ്ഞിരിപ്പതന്നും, നിന്നിലെ കുട്ടിത്തമാണെന്നറിയുമ്പോഴും,
സഹിയാവതായിട്ടുണ്ടന്നുമീ, ഒളിച്ചുകളി... !

ആ കൺകളിൽ പൂത്തവജ്ജ്രരശ്മികൾ എന്നിലെ
പ്രണയ പ്രതിസ്ഫുരണങ്ങളാകുമ്പോഴും,
നിൻ ചുണ്ടിൽ വിരിഞ്ഞപ്രേമലഹരിയിലൊരു
പാലാഴിത്തിരയായി മാറിയിരുന്നന്നുമീ ഞാൻ...

പ്രിയതേ ! പ്രിയമാർന്നൊരോർമ്മകൾക്ക് മുന്നിൽ
തേടുന്നിന്നുമീ ഏകാന്ത വഴിയിൽ...
വരിക നീ ഒരിക്കൽ കൂടിയാ വസന്തത്തിൻ
തേരേറിപ്പോയീടാം...!

കഴിഞ്ഞകാല സ്മൃതിയിലടച്ചുവച്ചൊരാ,
മധുരമൂറും പ്രണയ സാക്ഷ്യങ്ങൾതൻ
ഇതളുകളൊന്നൊന്നായി മറിച്ചു നോക്കാം...
അതിലിന്നു കാണും നമ്മളന്നു
നുകർന്നൊരാചെമ്പകച്ചോട്ടിലെ മുഗ്ദഹാസം...!

തീർത്ഥയാത്ര

സുകൃതമതുതേടിയാണിന്നെന്റെ യാത്ര...
കളിച്ചും ചിരിച്ചും, കഥയറിയാതാടിയ
ആട്ടത്തിനൊടുവിലായ് കാലചക്രം
തീർത്ത തീർത്ഥയാത്ര...!

മായക്കൺകളിൽക്കണ്ടൊരാ,മായ
ക്കാഴചകൾതന്നൊരു,
മായാപ്രപഞ്ചമിന്നെന്നിലില്ല...!

മുരടിച്ച നെഞ്ചിൻ നെരിപ്പോടിൽക്കിനിയുന്ന
കനൽവെളിച്ചംതേടിയെന്റെ യാത്ര...!

കീറിമുറിച്ച പകുത്തെടുത്തോർ,
ഭൂമിയ്ക്ക് "ഗതികേടാം" ശാപജന്മങ്ങൾതൻ
ശാന്തിമന്ത്രം തേടിയൊരു തീർത്ഥയാത്ര...!

ആർത്തനാദങ്ങളാൽ മാലകോർത്തിന്ന്,
ഭ്രാന്തരായ് മാറീയീ "മനുവംശ' വിഡ്ഢികൾ...
അഹങ്കാരമൂർത്തികൾക്ക,ന്നമില്ലാ നാളുകൾ വിദൂരമല്ല..!

ഇവർക്കും, എനിക്കും ചേർത്തൊരു തീർത്ഥയാത്ര...
മനഃനപുണ്യംതേടിയൊരു തീർത്ഥയാത്ര...!!

നിദ്ര

ഊഷരഭ്രൂവിൽ ഒരിയ്ക്കൽ മാത്രം കുരുക്കും
പച്ചപ്പുകൾ
ദുഃസ്വപ്നപാതയിലെ ദൂരം കവർന്നു കടംകൊണ്ട
ഉറക്കമുണർന്നു തീർക്കും...!

ഉപേക്ഷിക്കപ്പെട്ടും മനസ്സിൻ വിണ്ടുകളിൽ
മിഴിനീരുറഞ്ഞു വഴിവിളക്കിൽ മാറാല തീർത്തു
ബന്ധ ബന്ധനംഞെട്ടറ്റു പെട്ടുപെട്ടും തീയിൽ
കനൽപ്പൊടികളായി പറന്നകലും കനവുകൾ...!

ചുടുകാട്ടിലെരിയുന്ന ജീവിത സായന്തനം
മൃതപ്രാണൻ തേടുന്നു ദാഹജലം...
കടുംതുണികൊട്ടി ആത്മാവിൻ കൂട്ടുകാരൻ
വിദൂര തീരത്തെപ്പൂപ്പാടം തേടുന്നു...!

വെളുപ്പിലെ കറുപ്പും കറുപ്പിലെ വെളുപ്പും
തിരിച്ചറിയാതകലും കരുണയറ്റ കാലുകൾ
ദീപ്തമല്ലാ രാവുകൾ മറയ്ക്കുന്നു... നേരുകൾ മാഞ്ഞു പോകും
ഗതകാലം കൺപീലി മറയ്ക്കുന്നു...!.

ഇനിയാ നിതാന്ത നിദ്രയിലാഴാം...
അഗാധമാം നിത്യനിദ്ര...!

സ്ത്രീ

ഇവൾ ഗംഗ..!
സർവ്വംസഹിച്ചംവഹിച്ചം
കരൾകീറിയൊഴുകുന്നരുധിരത്തിലവൾ കണ്ടു
ഹൃദയബന്ധത്തിൻ നൊമ്പരക്കെട്ടുകൾ
ദുരഭിമാനത്തിൻ തടവറച്ചുമരുകൾ
മൂകമൂരുകാൻ വിധിക്കപ്പെട്ടവൾ...
ഇവൾ ഗംഗ.!

സ്വാർത്ഥമോഹത്തിൻ കൊടികുത്തി വാഴുന്നു
മന:സാക്ഷിയെക്കെട്ടിഭാണ്ഡമാക്കിയോർ
തട്ടിയെറിയുന്നിരുൾ മൂടിയ
കരിങ്കടലിലേയ്ക്ക്.
കണ്ടില്ലാരുമവൾതന്നുൾപ്പൂവിൻ ചുവപ്പ്
കണ്ണിണത്തുമ്പിലെ സ്നേഹതീർത്ഥം
കേൾക്കാൻകഴിഞ്ഞില്ലവൾതൻ
നെഞ്ചകം പിടയുന്ന പടഹതാളം...!

പൊള്ളയാം പൊള്ളുന്ന വാക്കുകൾ
കൊണ്ടവർ
ശരശയ്യ തീർത്തങ്ങുവച്ചവൾക്കായ്...
ആരുമേയോർത്തില്ലവൾ തങ്ങൾതൻ
ആത്മരക്തത്തിൻപാതി പകുത്തതെന്ന്
ഇവളൊന്നു കരകവിഞ്ഞൊഴുകിയെന്നാൽ
കുലംകുത്തിയൊലിച്ചു പോകും
ദുരതീർത്ത വ്യർത്ഥമാം
കൊട്ടാരകൊത്തളങ്ങൾ..!

നിനക്കായ്

ഈ ലോകമതെന്തും പറയും
എന്നാലതുകേട്ട്
നീ എന്നെ തള്ളിയകലരുത് ..!

ഭൂമിയെ പുൽകും നിലാവിനെപ്പോലെനമ്മൾ
വീണ്ടും വീണ്ടും പ്രണയിച്ച കൊണ്ടേയിരിക്കും..!

ഒരിക്കൽ നിന്നേവിട്ട,നിവാര്യദിക്ക്
തേടിപ്പറന്നാലും കരുതരുത്, വിട്ടു ഞാനകന്നുവെന്ന്...!

പുതുനക്ഷത്രങ്ങൾ വിരിഞ്ഞേക്കാം,
നറുനാമ്പുകൾ മണ്ണിൽ മുളകൊണ്ടേക്കാം!
എങ്കിലുമോർക്ക നീ, നമ്മുടെ പ്രണയസുഗന്ധമീ
മണ്ണിൽ നിറഞ്ഞു നിൽക്കും..!

നിറതിരി കത്തും കെടാവിളക്കായ്...
എവിടെയായാലും ഞാൻ നിനക്ക് സ്വന്തം...
നിനക്ക് മാത്രം... !

മഞ്ഞു തുള്ളിതൻ ശീതളിമയായി
നീയെന്റെ പ്രാണനെ കുളിരണിയിക്കണം...

വിടരും പ്രഭാത രശ്മികളേറ്റ് പൂക്കും സൂര്യകാന്തിപ്പൂപോൽ
നിൻ നിറമോലും പുഞ്ചിരി...
എന്നിലെ യൗവ്വനകാന്തിക്ക് മാറ്റ്
കൂട്ടണം ജനിമൃതികൾക്കപ്പുറത്തേക്കന്ന് നമുക്ക്
സ്വച്ഛവിഹാരം നടത്താം...!

മധുരസ്മൃതി

മിഴിചോരുംരാവിൽ കനൽമൂടിയവഴിയെ
തനിയെനടന്നെത്രദൂരം
കനവെല്ലാം കതിരിൽപ്പതിരാടിയനേരം
കരൾനൊന്തു കരയുകയാണിന്നുള്ളം...!

കരിപറ്റിയ കവിളിൻതുടിപ്പിലെ
ചുംബനച്ചൂടിൽ,തരളയായ്പ്പൂരിച്ച നീ നിന്നകാലം..
ഇന്നുംമായാത്തമധുരസ്മരണയായ്നോവിന്റെ,
കടലാഴംതീർക്കുന്നുള്ളിൽ,
തോരാനോവിൽ നനയുന്നുഞാൻ...!

മിഴിവേറിയനിനവും,വിരഹത്തിൻനോവും
തമ്മിൽചേരാതെകലഹമാണിന്നും,
അവസാനനാളത്തിൽ ചാരമായ്ത്തീർന്നീ ഭ്രമിതൻഭാരം,
കുറച്ചാല്യമെന്നും നിന്നോർമ്മക്കൂട്ടിലായ്ച്ചേർന്നിരിക്കും..!
തനിയെ.. തനിയെ.. എന്നും തനിയെ...!

നിഴൽ

മുൻവിളക്കിൻ പിന്നാമ്പുറനിഴൽ
മാത്രമായിരുന്നെന്നുമീ
വഴികളിലൊരിടത്തുമീരൂപമാരും
കണ്ടതില്ല...
കാട്ടാനൊട്ടുശ്രമിച്ചുമില്ല
കാണാനാരും തിരഞ്ഞുമില്ല...!

പലരുംമറയാക്കിമാറ്റി,യെന്നിട്ടും
മൗന വാത്മീകത്തിലടച്ചിരുന്നു...
എന്നിട്ടുമിന്നുമാ,മുൻവിളക്കിൻപിൻപറ്റി
നിഴലായ് നിൽപ്പാണീഛായാമുഖം....!

മുൻ വിളക്കിൻദീപക്കരിന്തിരി കത്തുമ്പോൾ
ഇന്നീവിളക്കണയാൻ കാലമായി മറയാനീ
നിഴലിനും...!

പ്രണയതീർത്ഥം

ഉരുകുന്നമനമോടേ, കനവിന്റെകടവത്ത്
കരളുരുകിക്കരകവിഞ്ഞൊരു തിരയായ്..
കണ്ണെത്താദൂരത്തിന്നഴലാഴം തീർത്തിന്നും
കദനപ്പുഴയിടനെഞ്ചിൽച്ചുര,
പൊട്ടിയൊഴുകുന്നു ...!

കരയെത്താതീരത്ത് കരളിൻ തുടിപ്പായ്...
കാലങ്ങൾ കടംകൊണ്ടൊരു
പ്രണയത്തിൻ ചൂടിൽ വിരഹക്കലി തുള്ളി
തിറയുന്നൊരു കോലം..!
തെള്ളിപ്പൊടി,ശുകിയ പന്തം കണക്കെ,
ആളുന്നുണ്ടുടലും,ധമനികളിലെ നുരയും!

ക്ഷണികമീ വാഴ്വിന്റെ തുലനചലനത്തിൻ
കൂട്ടിന്ന് നീയും കൂടിയേതീരൂ...
ശ്വാസഗതി മുട്ടിയ പ്രാണന്റെ മിടിപ്പിന്ന് ..
ശാന്തമായൊഴുകുന്ന പുഴയായിത്തീരുവാൻ
നിസ്വാർത്ഥ പ്രണയതീർത്ഥമേ,നീതന്നെ കൂട്ട്..!

നിശബ്ദശിലാഫലകങ്ങൾ

നിശയുടെ കിരണങ്ങളിൽപ്പോലും
നിഴലാകാനാവാത്തവിധംപട്ടുമരണപ്പെട്ട്
ശിഥിലമായിപ്പോയ പ്രാണനുകളേറെയുണ്ടീ മണ്ണിൽ..!

കറുത്തിരുണ്ട പാതയോരങ്ങളിലെ
പുൽക്കൂട്ടുകൾക്കുള്ളിൽ,
സ്മൃതികളിൽപ്പോലുംചേർത്തുവയ്ക്കപ്പെടാതെ
പ്പോകുന്ന പേരുകൾ... !

ആരുടെയൊക്കെയൊ, ആരൊക്കെയൊ
ആയിരുന്നവർ!
കനവുകളുടെ ശവമഞ്ചവുംപേറി അകാലത്തിന്റെ
ഇരുണ്ടയിടനാഴികളിൽ
വീണമറഞ്ഞവർ...!

അധികാരചിന്തകളുടെ വാൾമുനയിൽ
നേരറിയാതെ പിടഞ്ഞഴിഞ്ഞുമാഞ്ഞവർ !

ഈ നിശയുടെനിശബ്ദ,സിരകളിലും,
ശബ്ദമില്ലാതെ കരയുന്ന ശിലാഫലകങ്ങൾക്കും, ഇനിയും
കറുത്തലിഖിതങ്ങളിൽ ഒതുങ്ങാൻ ബാക്കി
നിൽക്കുന്നവർക്കും ചേർത്തുവച്ചീ
ഹൃദയദലങ്ങൾകൊണ്ടായിരം അനുശോചനപ്പൂക്കൾ...!

എന്നുമാറുമീപ്പാതയോരങ്ങളിലെ
ഇരുണ്ട കാഴ്ചകൾ !
ഇരുൾവീഴ്ത്തിയ പുറംകണ്ണുകളിലിന്നും
വന്യത തളംകെട്ടിനിൽപ്പൂ....
എന്നുമാറുമീ മണ്ണിലെയിരുണ്ട കാഴ്ചകൾ...!

അഴീക്കോടൻ മാഷ്

കനലുകൾക്കുള്ളിലൊരു കനലെരിയുന്നു ..
ചെന്തീയിലമരുന്നു ജ്വലിതചലനം..
ചുവക്കുന്നുവോ, ആവാക്കിൻ
ചൂടിലാപ്പയ്യാംമ്പലത്തിന്റെ മണ്ണും മനസ്സും... !

ഇനിയില്ല മൂർച്ചയേറിട്ടുമാ,വജ്രവാക്കുകൾ
ഇനിയില്ലയിതിഹാസസർഗ്ഗസൃഷ്ടികൾ...
ഇനിയില്ല തോൽക്കാൻ കഴിയാത്ത യുദ്ധച്ചുവടുകൾ
ഇനിയില്ല മൃദുവായുണർത്തും സ്നേഹത്തലോടലും...!

നിശിതം പരുഷമാംവാക്കുകൾക്കുള്ളിലൊരു നേരിന്റെ
നനവുള്ള കുളിരുറിനിന്നിരുന്നു... വ്യക്തിയോടല്ല,വരിലെ
പ്രവർത്തിതൻ വൃത്തിയില്ലാ വാക്കുകളോടടരാടി
നിന്നിരുന്ന ആഴിത്തിരപോലഴീക്കോടൻ മാഷ്...!

സമരേതിഹാസവീഥികളിലാനെഞ്ചിൽ ചേർത്തുനടന്നതൻ
ധർമ്മമൂല്യങ്ങൾ, സപര്യകൾ, വിജ്ഞാനവിഭവത്തിൻ
ആസ്വാദ്യമധുരമായ് മലയാളമനസുകളിൽ പടരുന്നജ്വാലയായ്...!

അക്ഷരത്തിൻ കുലപതി അക്ഷീണമൂഴിയിലാഞ്ഞുവീശി,
അടങ്ങാത്ത സ്വാഭിമാനത്തിൻ ചുരികകൾ...
വത്സരങ്ങൾ കൊഴിഞ്ഞുണരുമ്പോഴും മറ്റാരുമറിയാതൊരു
പ്രണയപ്പൂവാടി പൂവിട്ടു നിന്നിരുന്നാ,യൊറ്റയാന്റുള്ളിലും...!

പ്രണയിനിതേടും സത്യത്തിൻനാൾവഴികളിൽ
മറ്റൊരുജൻമ്മത്തിലൂടൊരുമിച്ചൊരു യാത്രയാവാം,
എന്നോതിയകന്നു, ജീവിതവാതായനം കടന്നു തനിയെ...!

അയിരം കുതിരകൾ തെളിക്കുമാ, തേരൊന്നതിൽ വീണ്ടുമിറങ്ങുമീ
മലയാള മണ്ണിതിൽ വിഷയാസക്തലോകത്തിൻ,
വിഷലിപ്തവാക്കുകൾക്കറുതിയേകീടുവാൻ...!
ഇല്ലടങ്ങില്ലയാ,വാക്ധോരണിതന്നലയൊലികൾ,
മുഴങ്ങീടുമീമാമലനാട്ടുള്ളിടത്തോളം കാലം... മഹാരഥാ...!
ഏകീടുന്നു ഞങ്ങൾതൻ കരളിലുതിർന്നൊരീ തപ്താശ്രുപ്പൂക്കൾ...!.

ഇരു ഹൃദയം

ആത്മരതികളിലെ നിശാവേളകളിൽ വിരിയുമായിരുന്ന
ചെമ്പകപ്പൂക്കൾ മൊട്ടിട്ടുംമുൻപേ ഇന്നതിൻ
രണ്ടിലകളടർന്നുവീണുപോയി..
അതിലൊന്നിനെ കവർന്നെടുത്തയാൾ
നടന്നകന്നു കാരണമതൊരുപെണ്ണിലയായിരുന്നു...!

ഇണയറ്റ ആണിലവാടിത്തുടങ്ങി
ഒട്ടുവിൽകരിഞ്ഞുണങ്ങാൻ
സമയമായെന്നതിന് തീർച്ചയായി !

ഞെട്ടിൻതുമ്പിലെ അവസാന ജീവന്റെതുള്ളിവറ്റിപ്പോകും
മുൻ പൊരിക്കൽകൂടി,യിണയിലയെ
പ്രണയഗന്ധിയായ്ച്ചേർത്തുവച്ച്,
ഇരുഹൃദയരക്തബന്ധംകൊണ്ട്
ചെമ്പകമൊട്ടിന്റെ പ്രാണജ്വലനത്തിന്
തിരികൊളുത്താമെന്നൊരു
ബാക്കി വന്നപ്രതീക്ഷയുമായ്
അനശ്വരദിനങ്ങളിലൊന്നുകൂടി
ചേർന്നിരിക്കാനാകുമായിരുന്നെങ്കിൽ...?

ജന്മാന്തരം

ഏതുകനലിലു,മെന്നെവാടാതെ
കാത്തൊരൊറ്റയിലത്തണലിന്ന
മറുവാക്കുചൊല്ലാതെ മാഞ്ഞുപോയി..
ഞാനൊരിലയറ്റമരമായി വിജനനൊമ്പരത്തീയേറ്റ്
കരിഞ്ഞുപോയി...!

ചാരമായ് നീയെന്നെയീപ്പെരുവഴിയിൽ
ഉപേക്ഷിച്ചകലുമ്പോഴും
ഒരു കുഞ്ഞുകനൽ കെടാതിന്നും ജീവന്റെബാക്കിയായി...
നിൻ ചൂണ്ടുവിരൽത്തുമ്പിലെ
ശ്വാസജലകണങ്ങൾക്ക്
ദാഹിച്ചുകരിഞ്ഞ ചുണ്ടിണകൾതൻ ഗദ്ഗദംകേൾക്കാതെ,
പോകാനാകുമോ ഇന്നുമെൻ,നൊറ്റയിലത്തണലേ...?

നിന്റെ സിരകളിലൂറിയ ജീവജലമെന്റെ
പ്രാണന്റെപാതി പകുത്തതല്ലേ...
അറിഞ്ഞിട്ടു,മറിയാഭാവത്തിലകലുമ്പോളറിയുക...
എകനായ് ഉപേക്ഷിക്കപ്പെടലിന്റെ വേദന
സഹ്യമല്ലെന്ന സത്യം...!
മെയ്യറന്നെത്രപുണർന്നുറങ്ങിയെന്നാകിലും
നിന്റെ ഹൃദയതാളമതുമെന്റെ പാതിശ്വാസമല്ലെ...?

ശാപശില

എത്രയങ്ങായാലും,ഒരിക്കലും,
ഇഴപിരിയാത്ത നിത്യസത്യമാ, മോർമ്മകളെ
വൃഥാമറവിയുടെ കൂട്ടിലേയ്ക്ക് ചേർത്തുവച്ചൊന്നുറങ്ങാൻ
നീ ശ്രമിക്കുന്നുണ്ടെന്നറിയാം...!

ഇമപൂട്ടാനാകാത്തവിധം ഇരവ്പകലുകളിൽ
നൊന്തടരുന്നുണ്ടൊരുള്ളം...
തോരാമഴയാണിരുമിഴികളിലും
ഇത്രമേലൊരു ശാപശിലയാക്കി,യകറ്റി
നിർത്തുവാനെന്തു,പിഴയാണെന്നതറിവില്ല...!

കർമ്മബന്ധത്തിലൊതുക്കി ഈ ആത്മബന്ധത്തെ
തീരമറിയാ ച്ചിറകിലേറ്റി,യലയാൻവിട്ടു നീ സ്വയമൊരു
ക്കിയ,യിരുളിൻപ്പുതപ്പിലാഴുമ്പോഴറിയണം ഓർമ്മകൾക്ക്
മരണമില്ല കഴിഞ്ഞുപോയ സത്യങ്ങൾക്കും ! കുറഞ്ഞപക്ഷം
രണ്ടെണ്ണത്തിലൊ,രെണ്ണമവസാനിക്കുംവരെയെങ്കിലും...!

വിഷുപ്പൂവുകൾ

മേടപ്പുലരികളെത്രകൊഴിഞ്ഞടർന്നുപോയ്
കണിക്കൊന്നകളെത്ര പൂക്കളെപ്പൊഴിച്ച
കാലവുംകോലവും മാറിമറിഞ്ഞിന്ന്
മാധുര്യംമായുന്നമലയാളമനസുകളിൽ
കാലംതെറ്റിപ്പൂക്കുന്നീമഞ്ഞക്കണിപ്പൂക്കൾ
കഥയറിയാതെത്രകരിഞ്ഞു വീണു....!

വിഷുപ്പക്ഷിപാട്ടുംപുലരിപ്പാട്ടിന്റെയീണങ്ങൾ
പോയെത്രകാലങ്ങളകലെയായി...
കണിവച്ചുകാണുന്ന നിർമ്മലസുദിനങ്ങൾ
നിറമറ്റകാഴ്ചകളായ് മാറിട്ടുമ്പോൾ...
പഴമയിലെ കതിരൊക്കെ പുതുമയിലെ
പതിരായ്പ്പാറ്റിക്കുറുക്കുമ്പോൾ കൊഴിഞ്ഞെത്ര
പുലരിതൻനിറവും മണവും...!

ആധുനിക,ക്കാഴ്ചകളിൽമുങ്ങിമരിക്കുന്ന
പഴമയുടെ പെരുമകളിലൊരു
വിഷുക്കണിത്താലവും ദീപവും
കൈനീട്ടവും വിഷുക്കോടിയും
തുശനിലതുമ്പിലെ തൊട്ടുകറിതൊട്ടുണ്ട
തുമ്പപ്പൂച്ചോറിന്റെ രുചിമേളവും
ഓർമ്മകൾക്കെന്തു സുഗന്ധം..!

ഇത്രയെല്ലാമോർമക്കാഴ്ചകളിലിരിപ്പൂ..
ഒരിക്കൽക്കൂടിയാനിർമ്മലപ്പുലരിയുടെ
കണിവെട്ടംതേടുന്ന മിഴിയിണകൾ
കൈനീട്ടിനിൽപ്പാണ്പ്രകൃതിതൻ കനിവിനായ്..!

കതിരാടിച്ചകന്നവൻ

നീ,ക്കൂട്ടിയകനവിൻ കനലൊളിയിൽ
കതിരാടിച്ചകന്നവനി,വനൊരു
കഴവേറിയകനവും,നിനവുകളുടെ
നിറവുംക്കൂട്ടി നിഴൽ നാടകമാടുന്നുണ്ടേ..!

നിശയൂറിക്കൂടുംമേട്ടിൽ,ദിശയറിയാതുഴറും
കാറ്റിൻകയ്യിൽ നിരതെറ്റിപ്പാറുന്നുണ്ട്
ഏകാകിക്കൂട്ടിൽപ്പെട്ട കാർമേഘത്തുണ്ടതൊരെണ്ണം..!

ഹൃദയത്തിൻനോവിലൊരായിരം
ധൂപത്തിരികത്തിയെരിഞ്ഞു..
മിഴിപൂട്ടും നേരത്തെല്ലാം
നിറപുത്തരിമണിമാലയൊരെണ്ണം
നനഞ്ഞൊട്ടിയപീലിത്തുമ്പിൽ
നടനത്തിരമാലകൾ തീർത്തു..!

നടനംതീർത്തവളൊരു
മായാവലയത്തിലലിഞ്ഞൊഴുകിപ്പോയ്..
തീ കൂട്ടിയ മനസ്സിൻനോവിൽഞാനോ,
ഇരുളറയുടെ മിഴിയിലൊളിച്ചു..!

കാലാൾ

ജഢനിബിഡാഭിലാഷങ്ങൾക്കൊപ്പം,
നീക്കുന്ന കരുക്കളിലൊരു കാലാളായിനിയും
എത്രകാലം നിയന്ത്രിതപാതയിലൂടെ യാന്ത്രികമായി
കായബലമറ്റ, ചുവടുകളുന്നണം ഞാൻ..!

ബന്ധനമുക്തിതേടി
തനുവും,മനവുമലഞ്ഞുതുടങ്ങിയതും,
ബന്ധങ്ങളിലെപുറംപൂച്ചിൽ
മയങ്ങിയോടിത്തുടങ്ങിയിടത്തു
തന്നെയെന്നതറിയാനും കാതമേറെയെടുത്തു...!

ഇന്നും വിയർപ്പൂറിനനഞ്ഞ കാന്തിയറ്റ
ശരീരഭാരമൊന്നു ചേർത്തുവയ്ക്കാൻ
ഉഴറിപ്പതംപറയുന്ന മിഴികൾ ..
ഒരിറ്റുമന്ത്രജലംയാചമിച്ച
ജഢിലമോഹങ്ങൾക്ക് തീർപ്പുകൽപ്പിക്കാൻ
ഇനിയുമെത്ര കാതങ്ങൾ...??!

പ്രവാസി ദു:ഖം

മരുപ്പച്ചതേടും മണൽക്കാടിൻ നടുവിൽ
മനസ്സലയുന്നെൻ നാടുകാണാൻ...
മണൽക്കാറ്റിന്നലയിൽ മനമിരമ്പിയെൻ
മകരപ്പൂ പൂക്കുന്ന നാടുകാണാൻ...
മലയജ സുഗന്ധം പൊഴിച്ചുണരും
മലയാണ്മയാമെൻ വീടണയാൻ...!

അറബിക്കടലിന്നക്കരെയെന്നുടെ
ബാല്യത്തിലലിഞ്ഞൊരാ
വിഷുക്കണിയും ഓണനിലാവിൻ
പിൻവിളിയും കേൾക്കുന്നു ഞാനീ
ഗ്രീഷ്മഭുവിൽ നിറയുന്നിരുമിഴിക്കോണുകളും...!

നൊമ്പരം നിറച്ചൊരെൻനാൾ വഴിയിൽ
കൈതപ്പൂ മണമോലും ചന്ദനപ്പൂലരിയിൽ
പുതുവർഷക്കാറ്റിൻ കുളിരണിയാൻ
ഈ സ്വപ്നഗോപുരച്ചില്ലകളിൽ
എന്റെ മലയാള മണമറിയാൻ കാത്തിരിപ്പൂ...
നോമ്പും നോറ്റു ഞാൻ കാത്തിരിപ്പൂ...!

ചാവേറുകൾ

നമ്മൾപട്ടുത്തൊരാ
പ്രത്യയശാസ്ത്രത്തെ ഉടലോട് ചേർത്തവൻരക്തസാക്ഷി
തൻ ഹൃത്തോട് ചേർത്തവൻ രക്തസാക്ഷി ..!.

നേതാക്കളോതുന്ന നെറികെട്ടവാക്കുകളെ
നേരായി കണ്ടവൻ രക്തസാക്ഷി
അത് നെഞ്ചോട് ചേർത്തവൻ രക്തസാക്ഷി...!

നാട്ടുനന്നാക്കുവാൻ വീട് മറന്നങ്ങ് വീറോട്
നിന്നവൻ രക്തസാക്ഷി
നെഞ്ചിൽ നേരുള്ള രക്തസാക്ഷി
ഈ മണ്ണിന്റെ മണമെന്റെശ്വാസമാണെന്ന,ന്ന ഭോഷ്ക്ക്
പറഞ്ഞവൻ രക്തസാക്ഷി...!

അമ്മയ്ക്കു വേണ്ടിയല്ല.. അച്ഛനുവേണ്ടിയല്ല...
കൂടപ്പിറപ്പിന് വേണ്ടിയല്ല...
പ്രാണന്റെ പാതിയായി കൂട്ടിന്ന് വന്നൊര,
പ്പെണ്ണിന്ന് വേണ്ടിയല്ല...
തൻരുധിരത്തിലുയിർകൊണ്ടൊരരുമക്കിടാങ്ങൾക്ക്
ഒട്ടുമേ വേണ്ടിയല്ല...
എന്നിട്ടുമിന്നിവൻ ബലിദാനിയായ്...
എന്നിട്ടുമിന്നിവൻ ബലിദാനിയായ്...!

രക്തസാക്ഷിക്കേകും മേൽമുണ്ട് ചൂട്ടുവാൻ
വന്നവനല്ലിവൻ രക്തസാക്ഷി
ഒരു നൂറു ജന്മമീമണ്ണിൽ ജീവിക്കുവാൻ കൊതിപൂണ്ട്
നിന്നവൻരക്തസാക്ഷി!

പിൻപറ്റിവന്നവൻ മുന്നേറി നിന്നപ്പോൾ
വെട്ടേറ്റുവീണവൻ രക്തസാക്ഷി
നെറികെട്ട മനസുകൾ തൻ ചതുരംഗപ്പലകയിൽ
ശിരസറ്റുവീണവൻ രക്തസാക്ഷി

നേരെന്ന്കണ്ടന്ന് ചതിപറ്റി മുന്നിലായുള്ളം
തകർന്നവൻ രക്തസാക്ഷി !
നെറികെട്ട പ്രത്യയശാസ്ത്രത്തിൻ മുന്നിലായ്
നഗ്നനായ്ത്തീർന്നവൻ രക്തസാക്ഷി
കൊതിതീരുവോളമീമണ്ണിന്റെ ഗന്ധം
നുകരാൻ കൊതിച്ചവൻ രക്തസാക്ഷി..!

അറിയാതെ എത്തുന്ന മരണത്തെപ്പുൽകുവാൻ
മനസില്ലാഞ്ഞൊരാ രക്തസാക്ഷി
എന്നിട്ടുമെന്തേ ..? ഇവനിവിടെയീമണ്ണിൽ രക്തസാക്ഷി?
വെറും ശിലകളിലൊതുങ്ങുന്ന രക്തസാക്ഷി!
ഇനിവേണ്ടിവിടെയൊരുരക്തസാക്ഷിയും!
ഇനി വേണ്ടിവിടൊരു ബലിദാനിയും!

പകരം

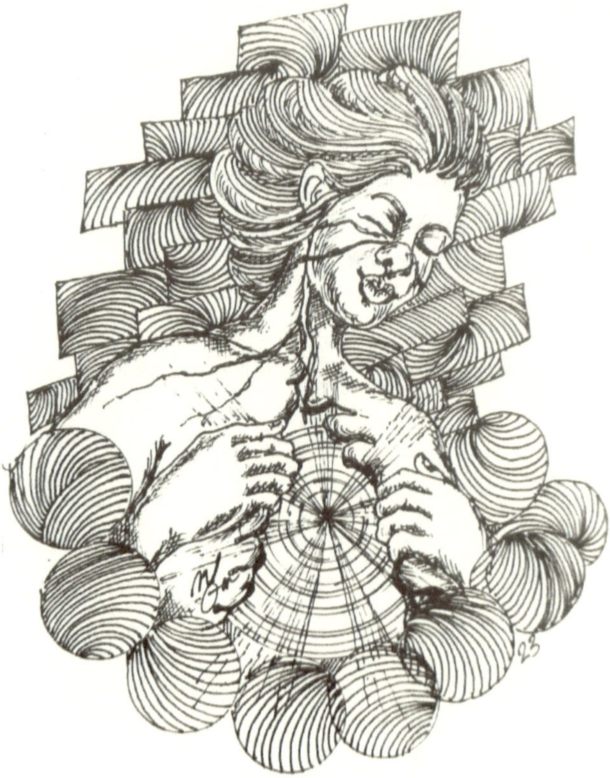

പകരമാക്കാനൊരായിരംകരിനാവുകൾ
ഇരവിന്റെകറുപ്പിനെതട്ടിയെറിഞ്ഞടുത്തിട്ടും,
ഒന്നുമാത്രമാണിന്നുമീയിരുൾ
ഭേദിദിച്ചട്ടുത്തുനിൽപ്പൂ...
കരിപറ്റിച്ചാരമായ്ത്തീർന്നുനിന്നാലുമെൻ
മുന്നിലെപൂർണ്ണശിലയതൊന്നുമാത്രം..
അതുമാത്രമാണിന്നുമീ,യുയിരിന്നൂർജ്ജം....!

പരിവേദനകെട്ടുകളിലൊരുനോവായ്
ഇന്നുമീമാറാപ്പിലൊളിപ്പിച്ചുവയ്ക്കുന്നു
എറിഞ്ഞുകളഞ്ഞ്തിരികെനടക്കാനാവില്ല,
പിന്നിട്ടവഴികളിലെമൺതരികളിൽപതിഞ്ഞ
കാൽപ്പാടുകളിൽനിറം,മങ്ങിയൊരു
ആത്മനോവ്,നിസ്സഹായതയുടെ,ചൂടുപറ്റി
കാത്തുകിടക്കുന്നു...!

പകർന്നുനൽകിയതൊന്നു,മൊരിക്കലും
തിരികെയെടുത്ത് മറഞ്ഞുപോകാനാവില്ല
പകരമാകാനാവാത്തപലതും മുന്നിലൊരു
വടവൃക്ഷമായ്സത്യത്തിൻചൂണ്ടുപലകയായ്
പ്രയാണപാതയെ നിശബ്ദമാക്കിനിൽക്കേ
പകരത്തിന്പകരമെന്നൊന്നില്ലെന്നതാണ്
പ്രകൃതിയുടെനാവതും,ചൊല്ലിനിൽപ്പൂ !

മടക്കയാത്ര

നഷ്ടസ്വപ്നങ്ങൾ പിന്നിട്ട മാറാല മൂടിയ
വഴിത്താരകളിൽ
എന്നോ കരിന്തിരി കത്തിയമർന്നു പോയ
കൽ വിളക്കൊന്ന് വീണ്ടുമൊരു
നിറതിരിനാളത്തിനായ്
കാത്തിരിപ്പുണ്ടിന്നുമേകനായി...!

പിൻതിരിഞ്ഞ് നടക്കാൻ
കഴിയുമെങ്കിലതിലൊരു
തിരികൊളുത്തുമെങ്കിൽ
ആ തിരിനാളത്തിലൂടൊരു
പുനഃർജ്ജനിയുണ്ടാവാമെന്നിരിക്കിലും
സാദ്ധ്യമല്ലാത്തതൊന്നുമാത്രമതല്ലേ...
പിൻവഴികളിലൂടൊരുമടക്കയാത്ര...!

നഷ്ടവസന്തം

എവിടെയാണെനിക്കെന്നെ നഷ്ടമായതെന്നറിയില്ല...
ഒരു പക്ഷേ...
നീ എന്നെ മറന്നു തുടങ്ങിയിടത്താവാം..
എനിക്ക് മറക്കാനൊട്ടായതുമില്ല...
നീ എന്റെ ഓരോ ധമനികളിലും ചുവപ്പിനൊപ്പം കലർന്ന്
ഒഴുകുകയായിരുന്നില്ലേ... !

ആയിരുന്നു എന്നതാണ് യാഥാർത്ഥ്യം!
നീ കാണാതെപോയത് എന്റെ കുറ്റമാവാം..
എന്നിലെ ധമനികളിലെകുത്തൊഴുക്കിൽ
നീ പുളഞ്ഞുല്ലസിച്ചത് ഞാനല്ലേ അറിഞ്ഞുള്ളൂ.....!

നിന്റെ നൊമ്പരച്ചൂടിൻമീതെ
മഞ്ഞിൻ തണുവുള്ള
എന്റെ പ്രാണകമ്പളം പുതപ്പിച്ചതന്നതും
അതിലെന്റെ ജീവന്റെ കണികകൾ
പുതച്ചിരിപ്പുണ്ടെന്നതും നീ
തിരിച്ചറിയുമെന്നുകരുതിയതും
എന്റെമാത്രം തെറ്റ്.....!

നിന്നെപ്പൊതിഞ്ഞചൂടിന്നവസാന കണികയും
എന്നിലേയ്ക്ക് ഉുകി എറിഞ്ഞകല്ലുമ്പോഴറിഞ്ഞില്ല നീ...
ഈ മഞ്ഞിൻ കമ്പളമൊരു
ചാമ്പൽക്കൂനയായിത്തീർന്നുവെന്ന്...!

നീ നൽകിയനോവിൽ അതിലെന്റെ
പ്രാണന്റെ നിസ്സഹായതയും ഉണ്ടെന്ന് ...
കനലിലൊരുപിടി ചാരമായിത്തീർന്നുവെന്ന് നീ
കരുതുന്നിടത്തുനിന്നു വീണ്ടുമൊരു തണുവായ്
പുനഃർജ്ജനിക്കും നിനക്കായ്...
നിനക്കായ് മാത്രം...!

വസന്തത്തിലെ വനമുല്ല

ഞരമ്പുകളിൽ നീ പടർത്തിയനോവിന്റെ
സൂചിമുനയിൽ പിടഞ്ഞുതീരുകയാണ്..
മൃതപ്രാണനായി കിടക്കുമ്പോഴും നിൻമുഖം
മാത്രമാണിന്നുമെന്നുള്ളിലെന്നും
പകൽ പോലെ സത്യം!

നീറും നോവാറ്റി ജീവന്റെകൈപിടിച്ച്
തിരികെയാ ഹർഷകാലത്തിലേയ്ക്ക്
കൂട്ടുവാനാവില്ലെന്നതാണോ മിഴികൾ മൊഴിഞ്ഞത്..?

നീറുന്ന ചിന്തകൾക്കൊപ്പം നടന്നീ
ആത്മാവിനരികത്ത് തീപിടിച്ചു..
നീ നീട്ടി നൽകിയ പൂവിതൾഞരമ്പുകളിൽ
തീരാനോവിന്റെ ശലഭങ്ങൾ ഒളിച്ചിരുന്നു ..
ഇന്നതെൻസിരകളിൽ തേൻതേടി നോവിക്കുന്നു.!

വിദൂരതകളിലെ പച്ചപ്പുകളിലൊരു
നോട്ടമെറിഞ്ഞിരിപ്പാണിന്നും..
വീണ്ടും വിരുന്നെത്തും വസന്തത്തിലെ
പുലർവേളകളിൽ പൂത്തുലയുന്നവനമുല്ല
ക്കാവിന്റെ ഭംഗിയിലുറയാൻ.!

പ്രാണശിലകൾ

ഇഴപിരിയാതിനിയുമൊരുനൂറാണ്ട്
വസന്തത്തിൻ ചിറകിലേറിത്താണ്ടണം
ദൂരമറിയാദിക്കുകളറിയാത്തീരങ്ങളെ
പുൽകിയറിയണം...
ആരണ്യപുളിനങ്ങളിലുയിർകൊള്ളും
നര,നൂപുരമണികളിലെ
മൃദുധ്വനികളിൽ ലയമാർന്നുണരണം..!

കളകൂജനമൊഴികൾ തേടിയലയണം..
ഇലച്ചാർത്തുകളിലൂടെയൊഴുകിയെത്തും
ദിനകിരണങ്ങളിലെയിളം വെയിലേറ്റ്
ഇരുഹൃദങ്ങളിലെധമനികളിൽ ചൂടേറ്റണം..
വിശുദ്ധസായന്തനങ്ങളിൽ
വിരലുകൾ കോർത്താക്കോടമഴനനയണം...!

നിശയുണരും കാനനവഴികളിലെ
വനമുല്ലപ്പൂവിൻഗന്ധം നുകർന്നിരുതരള
കപോതങ്ങളായ് കുറുകേണം..
നാഗവും നരിയുംകാവലാകുംരാവിലെ
കാട്ടുമാടത്തിലൊരു ജന്മനാമ്പിന്നുയിരേകണം

നിലാപ്പക്ഷിതൻ പാട്ടിന്റെ ഈണത്തിൽ
നിലാമഴനനഞ്ഞങ്ങുറങ്ങിടേണം
ഒരിക്കലുമടരാത്ത പ്രണയമുകുളങ്ങളെ
ഇരുമാറോടണച്ചങ്ങുറങ്ങീടണം...
നമ്മൾ തീർത്തൊരാ പ്രണയനദീനടുവിൽ
സൗഗന്ധികപ്പൂവൊന്നുയിർകൊള്ളട്ടെ..!
പ്രപഞ്ചം സുഗന്ധപൂരിതമാവട്ടെ.....!

നിശബ്ദമൗനങ്ങൾ

നിശബ്ദതയിൽചേക്കേറിയമൗനങ്ങൾക്ക്
നിറമില്ലാത്ത നിഴലിന്റെ ഛായയായിരുന്നു..
നിസ്സഹായതയിലൂറിയനോവുകളിൽ
ചേർത്തുവച്ച,പ്രതിഷേധങ്ങളെ,കാലത്തിൻ
ഘടികാരസൂചികൾക്കൊപ്പം അലയാൻവിട്ടു...!

ഒരുപകലെങ്കിലും നിറഞ്ഞപ്രഭയോടെ
തനിക്കായ് കാത്തുവച്ചിട്ടുണ്ടിവിടെ,എന്ന
വിശ്വാസത്തോടെകടന്നുപോകുന്ന വഴികളിലെ
അപഹാസ്യതയുടെ,
മാറ്റിനിർത്തലുകളുടെ,ശരമുനകളിൽ
കൊരുത്ത് മൃതപ്രാണനായി
കിടന്നുഴറുമ്പോഴും ഒരു പകലെവിടെയോ
ബാക്കിനിൽപ്പുണ്ടെന്നതിന്നു,വീണ്ടുമറിയുന്നു...!

ഉഗ്രശാപതാപമ,തേറ്റുനിൽപ്പാണീ
ഏകാന്തവഴിയിലൊരൊറ്റയാനായി ..
മോക്ഷം കാത്ത് നിൽക്കുമ്പോഴും
സ്വപ്നങ്ങൾക്ക്സത്യമുണ്ടെന്നൊരശരീരി
മനോമുകുരശിഖരങ്ങളിൽ മാറ്റൊലിയായി...!

മൃതനാകുംമുന്നേ,യെൻ ജീവനിലൊരു
ജീവനായ്ത്തീരണം വരുംനാളുകളിൽ,
നൂറുജന്മ സ്വച്ഛന്ദപുണ്യമാണ,തെന്നും
പ്രണയത്തിൻജന്മപുണ്യം...!

കല്ലുപെൻസിൽ

കല്ലുപെൻസിലുതേടിയാണെന്റെ യാത്ര
ഹൃദയത്തിലൂറിയ അക്ഷരപ്പൊട്ടുകളെ,
നിർലോഭംപകർന്നുവയ്ക്കാന്നൂർജ്ജമായ്
വിരൽത്തുമ്പുകൾക്കിടയിലേയ്ക്ക് ഒട്ടും
പ്രതീക്ഷിക്കാനേരത്ത് ചേർന്നിരുന്ന
എന്റെ കല്ലുപെൻസിൽ...!

കൃഷ്ണവർണ്ണരൂപിയായ്,ഒരായിരം
എഴുത്തിന് കൂട്ടുനിന്നൊരാ,
കല്ലുപെൻസിലിനൊപ്പം മോഹവും
മോഹഭംഗവും വിരഹവും സന്തോഷവും
പകർന്നാടിയ നാളുകളിൽ സ്വയം മറന്നിരുന്നു...!

കറുപ്പിന്റെ മാന്ത്രികത്തുമ്പിലെ വെളുത്ത
അക്ഷരങ്ങൾക്കൊപ്പം അജയ്യനാണെന്നു
നിനച്ചതെല്ലാം വെറുംവെറുതേ...
എന്നെ, എന്റെ സങ്കൽപ്പങ്ങളെ
പകൽ വെളിച്ചത്തിലെ നിസ്സഹായതയുടെ
വിജനമൗനത്താൽ, അക്ഷരക്കൂട്ടങ്ങളെതിരിച്ചു കിട്ടാത്ത
ഏതോ നിഗൂഢവഴിയിലുപേക്ഷിച്ചകന്നു പോയൊരെൻ
കല്ലുപെൻസിൽ തേടിയാണിന്നുമെന്റെ യാത്ര...!

ഇത്രമാത്രംവേദനയുടെ ആഴങ്ങളിലേയ്ക്കെന്നെ,
വലിച്ചെറിഞ്ഞുകളഞ്ഞീപ്പെരുവഴിയിലൊരു
നിശബ്ദതയാക്കി നീയകലുമ്പോളോർക്കുക,
എഴുതണമെങ്കിലത്,നിന്റെ കൂട്ടിനൊപ്പമേ
സാദ്ധ്യമാകൂ എന്നസത്യം നിനക്കല്ലാതെ
മറ്റാർക്ക് മനസിലാകും
എന്റെ മാത്രം കല്ലുപെൻസിലെ...!

വിരഹ നൊമ്പരം

നിറമിഴികളറിയുന്ന എൻമൊഴികൾതൻ
നൊമ്പരത്തീ,ക്കനവതറിയുന്നു,
യെൻകരളിൻ നോവുകൾ...
പറയാക്കഥകൾതേടുന്നൊരാമിഴിയിണത്തുമ്പുകൾ...!

പ്രണയനോവിന്റെ കനലി,താളുമ്പോൾ
വിരഹനോവേറ്റീ,യിരുമിഴിയിണകൾ ചോരുന്നു...
തീരാനോവ് തേങ്ങുന്നു...
പ്രണയനൊമ്പരക്കൂട്ടിലൊരു
നേരിൻമിഴികൾ തേടുന്നിന്നും.. !

ജലകണപ്പാളികളിലെ മങ്ങിയ
കാഴ്ച്ചയിലൊരുനാളമായ് നീ..
ജ്വാലയായെനിക്കിന്നു പൂക്കണമിനിയും
നിൻ തിരിനാളച്ചൂടിൽ... !

നിൻ നാഭീപത്മദലമൃദുലതയിലൊരു
പൂമ്പാറ്റയായി പറന്നിറങ്ങണം.
വീണ്ടും വീണ്ടും നിന്നിലെയാഴങ്ങളിൽ വീണുറങ്ങണം
നിത്യനിദ്രയെന്നെ പുൽകുംവരേയും...
നീയില്ലാതീപ്രാണന്റെ തുടിപ്പിന്
ജീവനില്ലെന്നതും അറിഞ്ഞുകൊൾക...!

ചിതലരിക്കാത്ത സത്യങ്ങൾ

പ്രക്ഷുബ്ധമായൊരു കടൽത്തിര
പറന്നുയർന്നു ....
തിമിരനിശയിലലിഞ്ഞ,ആസുര
നിശബ്ദതയുടെ,നെഞ്ചിൻകൂട് പിളർത്തി
അഖണ്ഡശിലയിലെന്നോ കോറിയിട്ട
അസത്യലിഖിതങ്ങളെ തുടച്ചെറിയാൻ...!

അധിനിവേശശേഷിപ്പുകളുടെ ഇരുണ്ട
കല്ലറകളിലടക്കം ചെയ്തുവെങ്കിലും,
മണ്ണിനോട് മണ്ണാകാൻ കഴിയാതനേകായിരം
ശിഥിലസത്യങ്ങൾ ദീർഘശ്വാസംവിട്ടൊന്ന്
ഉയിർത്തെഴുന്നേൽക്കാൻ,
ശ്വസനരന്ധ്രങ്ങളിലെ സുഷിരങ്ങളടഞ്ഞു പോകാതെ
കാത്തുകിടപ്പുണ്ടിന്നുമീയിരുൾ വരിഞ്ഞ
മൺകച്ചപ്പുതപ്പിന്നടിയിൽ... !

വീശിയടിച്ചുഴുതു മറിക്കാൻ തക്കവണ്ണം
കരുത്താർന്നൊരു പ്രകമ്പനക്കാറ്റ്...
അപഹരിച്ചാഹരിച്ചതും, പിന്നെക്കൂട്ടിവച്ച്
തിട്ടൂരംകാട്ടിപ്പായിച്ചകറ്റി,ത്തനിക്കാക്കി
സ്വയം അഭിഷിക്തരായവർക്കും,കുതന്ത്രക്കൂട് മെനഞ്ഞവർ
ക്കും, ചേർത്തൊരു പരിവർത്തനത്തിൻ നുകച്ചാലു കീറാൻ
വിറളി പൂണ്ടിരിപ്പാണങ്ങേത്തലയ്ക്കൽ...
വിളംബമില്ലാതൊരു പ്രഹരമത് നിശ്ചയം... !!

ഏകശിലാ ഹൃദയം

സ്വപ്നങ്ങളുടെചിറകറ്റുവീഴുംപോലെ,
കറുത്തിരുണ്ട മഴക്കാടുകളിൽ
മുങ്ങിയ മഴവില്ലിന് നിറങ്ങൾനഷ്ടമാകാൻ തുടങ്ങുകയാണോ...?
ഇനിയും ദൂരമേറെയുണ്ട്താണ്ടുവാൻ,
പാതിവഴിവിട്ട് പോകാനാവില്ലൊരിക്കലും... !

നിറം ചാർത്തിനിന്നിരുന്ന ഇന്നലെകളിൽ
മയങ്ങിനിന്നുവെന്നത് സത്യമെന്നാകിലും,
ഇന്നിന്റെ നെരിപ്പോടിലെരിയും
കദനശിലയൊരായിരംനോവിൻ
ശരമാരി നെഞ്ചേറ്റിപ്പിടയുന്നതും സത്യം...!

അടർത്തിമാറ്റിയ മിഴിനോട്ടവുമായ് നീ അകലുമ്പോഴും,
കുന്നോളംനൊമ്പരംപേറി ഏകാന്തച്ചമരുകൾക്കിടയിലൊരു,
ഏകശിലാഹൃദയം
എരിഞ്ഞടങ്ങാൻ മനസില്ലാതിപ്പോഴും
തിരയുന്നുണ്ടാചുവടിൻ പാടുകൾ...!

നടന്നടുക്കുമൊരിക്കൽക്കൂടി നിശ്ചയം !
സിരകളിലഗ്നിപടർത്തിയ പ്രണയതീഷ്ണതയുടെ
നാമ്പുകൾക്കൊപ്പമലിഞ്ഞു ചേരാൻ,...
ഭൂതകാലവഴികളിലടർന്നുപോയ വസന്തത്തിൻ
ചില്ലകളിലൊരുകൂട് തീർക്കാൻ...!

നോവുപാടം

നിലാവ് പെയ്യാൻവെമ്പുമീ വൃശ്ചികരാവിലും
ഇടിച്ചുകുത്തിപ്പെയ്യാനൊരു മഴക്കാറെന്നിട നെഞ്ചിൽ..
ഉള്ളംവെന്തുരുകുന്നതാകാം...
മിഴികളിലൊരായിരം ജലകന്യകകൾ...
എവിടെയാകുമെൻ ഹൃദയനൊമ്പരംതീർത്ത നിലാപ്പക്ഷി...!

വിദൂരവിജനതയിലും വഴിക്കണ്ണിൻ
മുനയൊന്ന് വർഷകാലപ്പെരുക്കത്തിന്
കാതോർത്തു...
കാലങ്ങൾചേർത്തുവച്ചനോവുപാടത്തിൻ
കനലിൽപ്പൂത്തസ്വപ്നമണികൾ
ചിതറിത്തെറിച്ചെങ്ങോ ചിതലരിച്ചു...!

പൂവാകപ്പൂവിൽത്തീർത്ത നറുമഞ്ചനടുവിൽ
നിറച്ചചഷകമധുവാറിയുറഞ്ഞു പോയി..
കോലംകെട്ട കാത്തിരിപ്പിന്നൊടുവിലാ
സുവർണ്ണ സായന്തനത്തിരികളൊ,
പട്ടുതിരികത്തിപ്പുകഞ്ഞു നിന്നു...
എന്നിട്ടുമിന്നുമീ,യിരവുതീർത്ത മതിലുകൾ
പൊതിഞ്ഞുവച്ചൊരു നൊമ്പരമാനസം
വഴിക്കണ്ണുമായി....!

നിതാന്ത സത്യം

ഇത്രകാലവുമെൻ ഹൃദയം തുടിച്ചത്
നിന്നിലേയ്ക്കലിയുവാനായിരിക്കാം...
ഒരു രാവുമിന്നെനിക്ക് സ്വന്തമല്ലെങ്കിലും
ഒരുനാളെനിക്കായുമൊരുരാവുപൂക്കുമതിലൊരായിരം
നക്ഷത്രങ്ങൾചിരിച്ചുനിൽക്കും...!

നീയന്നൊരുക്കിയ പൂമഞ്ചത്തിലേറി
ഞാനൊരുല്ലാസയാത്ര ചെയ്യും
ഭൂമിതന്ന നോവുകളുമുപേക്ഷിച്ചാ
വിഹായസിലേക്ക് പറന്നുയരും...
ഒരിക്കലും മായാത്തൊരാ,നിതാന്ത
രാവുകളിൽ സ്വയം മറന്നുറങ്ങും... !

കപടതയുടെ വെളിച്ചത്തിലെ
ശാശ്വതമല്ലാച്ചിരികളേക്കാളേറെ,
ഇരുൾപുതച്ച മുഖപടമില്ലാത്ത
നേരിനോടാണിന്നെനിക്കിഷ്ടം...!

ഇപ്പോഴെൻ പ്രണയം നിന്നോട് മാത്രം!
ക്രൂരശരവാക്കുകൾ കൊണ്ട് നോവിക്കാൻ കഴിയാത്ത,
പാതിവഴിവിട്ടകലാത്ത നിത്യതയുടെ
മഞ്ഞിൻ തണുപ്പുള്ള നിൻ കരങ്ങളോടാണിന്ന് നിത്യ
പ്രണയം..! മരണമേ...! നിന്നോളം
സത്യസന്ധത മറ്റെന്തിനുണ്ട്...?

സ്പന്ദനം

നൂറായിരംതവണ ചിതറിത്തെറിച്ചൊരു
ഹൃദയത്തിന്റെ ബാക്കിയാ
യൊരുതുണ്ടിന്നും യാചിക്കുന്നുണ്ടൊരു
ദയാവായ്പ്പിന്നായ്..!

ശ്വാസമില്ലാതായാൽപ്പിന്നെയെല്ലാം
വ്യർത്ഥമാണെന്നതും സത്യം!
എന്നിട്ടുമിന്നും ദയയാചിക്കുന്നുണ്ട്
നിറഞ്ഞുതോരാമിഴികൾരണ്ടെണ്ണം
ഇന്നുമീവിരൽതുമ്പിൽത്തെളിയുമാ,
യിരുതിരിനാളത്തിലാണെൻവിശ്വാസം..!

കലങ്ങിയൂറിയമിഴികളും പൊട്ടിപ്പിടഞ്ഞൊരുനെഞ്ചകവും
തോൽപ്പിക്കാൻനിൽക്കുമാ,മരണത്തിനുമുൻപിലും
പ്രതീക്ഷയുടെ സ്പന്ദനവുമായിന്നും
ഇഴയറ്റുമാറാത്തൊരാത്മ,
ബന്ധത്തിൻ ഭിക്ഷാപാത്രവുമായ് ജയനല്ല,
ചിതനാണെന്നതിരിച്ചറിവുമായ്,
നിൻകാലടികളിൽ, ശിരസ്സമർത്തി
മിഴിനീർ ചുരത്തുവാനല്ലാതൊ
ന്നിനുമീ,ജന്മത്തിന് സാദ്ധ്യമല്ലെന്നതാണ്
പ്രപഞ്ചസത്യം...!

ഇടമില്ലാത്തവർ

അസ്തമനകാലത്തിലും ശിരസ്സൊന്നമർത്തി
ഉറങ്ങാൻ ഇടം കിട്ടാതെയലയുന്നവരുടെ
നെഞ്ചിൻ താളപ്പെരുക്കം കേൾക്കണം..
ഒരായുസ്സിന്റെ കർമ്മഭൂമിയിൽ പടവെട്ടി
തോറ്റുപോയവരുടെചിറകറ്റമൂകഗദ്ഗദം
ചുട്ടുപൊള്ളിയ്ക്കും..!

കൊന്നും കവർന്നെടുത്തും

മണിമന്ദിരക്കോട്ടകൾ
തീർത്തിട്ടതിലിരുന്നാർത്തട്ടഹാസം
മുഴക്കുന്ന ദയകെട്ട മനസ്സുകൾ...!
സഫലമാകാത്ത സ്വപ്നങ്ങളുടെ ശേഷിപ്പുമായ്,
നടന്നുതീർക്കാൻ കഴിയാഞ്ഞ
ജീവിതപ്പാതയുടെ ചൂടിലൊരിറ്റു ദയാജലം
കിട്ടാതെ വീണവരുടെ മിഴികളിലെ പ്രതീക്ഷവറ്റിയ
നിസ്സഹായത ദുഃസ്സഹമാണ്...!

തൂണിലും,തുരുമ്പിലും അധിവസിക്കുന്ന
പ്രപഞ്ചാലയ സൃഷ്ടാവിന് കോടികൾ
കൊണ്ടാലയം തീർത്തു വിഡ്ഢിവേഷം ചമയുവോർ,...
ഹാ !... കഷ്ടം ! കാണ്മതില്ല
ഒരോലക്കീറിൻ തണലുപോലുമില്ലാതുഴറുന്ന
കേവലമർത്ത്യജന്മങ്ങളെ...!

സുഖലോലുപതയുടെ മതിലുകെട്ടി
വാഴുന്നവരുടെ മാത്രമല്ല, വീഴുന്നവരുടേയും
അവകാശപാത്രമാണീയതിരുകളില്ലാ മണ്ണ്...
ആർത്തനാദങ്ങൾക്കായ് കാതോർക്കാതെ
കൂട്ടിവച്ചതിലൊന്നു,മൊട്ടുവിൽ
കൂട്ടിനെത്തില്ലെന്നതും
തിരിച്ചറിയുക..!

പറ്റുമെങ്കിൽപട്ടുപ്പോകും മുന്നേ കരുണയുടെ
കരങ്ങൾ നീട്ടി വീഴുന്നവർക്കും കൂടി
ചേർത്തൊരുപിടി വറ്റൂറ്റിയെടുക്കാം...
ഈ മണ്ണിലവരും വാഴട്ടെ...
തിരികെവിളിയ്ക്ക് കാതോർക്കുവോളം... !!

നോവു പാടം

മിഴിനീരുപ്പിലൊരുജീവന്റെ താളമുറങ്ങി,
യുയിർവിടാൻ കൂട്ടാക്കാതിന്നുമീ,യിരുൾ
വഴിയിലൊരു പ്രണയപാഥേയം
തേടിക്കിതച്ചുനിൽക്കുന്നൊരു വിരഹനെഞ്ചകം

വിയർപ്പാറ്റിയരുകുപറ്റിയൊരു
നഗ്നനാഗശിലയായ്...
ഇണചേർന്നൊ,ന്നായൊരിക്കൽക്കൂടിയീമണ്ണിനെ
പുളകനാമ്പുകളാൽ
പുൽകിയുണർത്താൻ...
പുരനിറഞ്ഞുപടരാൻവെമ്പുമാ,
ക്കാമാഗ്നിയിലലിയാതെ...!

കറുകനാമ്പിനൊരുനേർവഴിതെളിക്കാൻകടയുമാ,
യരണിലെ ദീപമായ് ജ്വലിച്ചുണരാ,നിനിയുമേറെ-
യാശയുണ്ടെന്നുള്ളത്തിൽ കാത്തിരിക്കുമാ,
രാവുകൾപുലരും വരെ...
ബന്ധങ്ങൾ ബന്ധനങ്ങളാകാത്തൊരാ
ദിനമെണ്ണിയെത്തുമാ,ദയകാത്തൊരു നൊന്തഹൃത്തുമായ്...!

തപ്തമാനസം

ഒരു നൂറ്ജന്മത്തിൻ തപമാണീ
മാനസപൂജയ്ക്ക് പൂക്കളായ്ത്തീർന്നത്...
എന്റെ ഹൃദയഭിത്തികളിൽ നീ കൊത്തിയ
സുഷിരങ്ങളിലാണീ മിഴിനീരിൻ ജനനം..
കരിഞ്ഞുപോയെന്നുകരുതുംപൂക്കളിന്നും
വാടാതെകാക്കുന്നതെന്റെ പ്രണയസത്യം...!

ഓരോനിമിഷചിന്തയിലും നീയെന്നനിത്യത
ആകാശമോഹമായ് ജ്വലിച്ചുനിൽപ്പൂ ..
വിതുമ്പിയടരുംവിഷാദശ്രുതിയിൽ
വിദൂരസന്ധ്യയൊന്നലിഞ്ഞു നിൽക്കേ,
ഇനിയരികെയണയാതൊരു രാവും പുലരിക്ക്
കാതോർക്കില്ലെന്നതുംനേര്...!

എന്നിട്ടും, നൂറായിരംനാവുകൾക്കിന്ന്
മൗനവ്രതത്താൽ കൂടൊരുക്കുന്നു...
വാക്കുകൾ മനസിൽവീർപ്പുമുട്ടി ശ്വാസമറ്റ് മരിച്ചുവീഴുന്നതു
കാണാതെ, മറക്കാൻ കഴിയാത്തൊരു
മറവിയിലൊളിച്ചുവച്ചുനിന്നിലെ നിന്നെ !
വൃഥാവിലിരുയിരുകളുരുകി നോവുന്നു
സ്വയം മെനഞ്ഞൊരുമിഥ്യാ ചുമരുകൾക്കിരുപുറവു
മന്യരെപ്പോലെ...!

മൺകുടം

ഇതൊരു മൺകുടമാണ്...കളിമൺകുടം...
കലർപ്പൊട്ടുമില്ലാത്ത മണ്ണിൻസന്തതി...
അഗ്നിശുദ്ധിവരുത്തിയ കനലിലൊന്നു
വെന്തുണർന്നാൽപ്പിന്നെ
ജീവനകല്പവോളം
ശുദ്ധികൈവിടാത്തൊരു വിശുദ്ധഗേഹം...!

തണുപ്പും ചൂടുമൊരമ്മപെറ്റ മക്കളായ് കാലങ്ങളെത്ര
താണ്ടിയൊരു മനമായ് കാതങ്ങൾതാണ്ടിയ,
യാനവഴികളിലെ കരിപറ്റിയിരുണ്ട പുറംതോടിനുള്ളിലും
കത്തുന്നദീപമായ് വിശുദ്ധിചോരാതെ
കാത്തതാണീ കണ്ണേറിന്നോട്ടവീണുടയുവോളം...!

പഴകിയുടഞ്ഞാൽപ്പിന്നെ നോട്ടമറ്റ
പിന്നാമ്പുറത്തനാഥം..
ഒരു മിഴിക്കോണിൻ ദയാവായ്പ്പിനും
അർഹനുമല്ല,ർഹയുമല്ല...
വെയിലിലും മഴയിലും കരിഞ്ഞും നനഞ്ഞും
കുതിർന്നവസാനമീ,മണ്ണിൻമാറിൽ
ഒരായിരം മൺതരികളായ് ശിഷ്ടകാലം
മണ്ണെന്ന നിത്യസത്യത്തിലമരും...!

അന്നീമണ്ണുതിരിച്ചറിയും പിന്നെ, സ്വത്വമറിഞ്ഞു
ചിരിച്ചുനിൽക്കും നിത്യത തനിക്ക് സ്വന്തമെന്ന് !
അഗ്നിശുദ്ധിയുടെ വിശുദ്ധിയുമായ്
മൺകുടങ്ങൾ തൻ
അനേകായിരംപുന:ർജ്ജനി സ്വന്തമെന്ന്...!

ജീവിത സ്വപ്നം

സ്വപ്നങ്ങൾതൻ പീലിത്തുമ്പിലെ
പ്രതീക്ഷയാണെന്നും ജീവിതം...
നൂറ് ചുവടുകൾമുന്നോട്ടായുമ്പോൾ
ആയിരം കൈകൾപിന്നോട്ട് പിടിക്കുന്നു.
വീണരുണ്ടു,പലവുരുവെങ്കിലും
വീണ്ടുംകുതിയ്ക്കുന്ന പാദമൃദുലതയിൽ വീഴച്ചയുടെ പ്രഹരത്തിൻ
മുൾമുനകൾ ദയയറ്റ ചുണ്ടുകാട്ടിപരിഹാസച്ചിരി മുഴക്കുന്നു...!

തോൽക്കാൻ മനസില്ലാമനസുകൾ ജീവാശ്വത്തിൻ
നുകവുമേന്തി മുറുകെപ്പിടിച്ചോരാപ്രാണനുംകൊണ്ടിന്നു
വെയിലുംമഴയും മെയ്യും മറന്നീരാവിലും ഊണുമുറക്കവും
പോയകന്നെങ്കിലും ഒരു ദിനസൂര്യന്റെ തേജസ്
തേടിപ്പായുകയാണെന്നതും നിജം...!

കാലങ്ങൾമായ്ച്ചോരായുസ്സിൻ താളുകളിൽ
വാർദ്ധക്യജരകൾ തെളിഞ്ഞുതുടങ്ങിയെങ്കിലും
തോൽവിക്ക് വഴിമാറാമനവുമായ് മാനവൻ
ഒടുവിലെക്കിതപ്പാറ്റിശ്വസിക്കാൻകഴിയാപ്പട്ടുജന്മം...!
തിരികെട്ടവിളക്കായ് വിധിയെന്ന
രണ്ടക്ഷരക്കൂട്ടിലൊട്ടുങ്ങാൻ
കൂട്ടാക്കാതൊരു നെഞ്ചിടിപ്പിന്ന് ശവക്കച്ച
പുതച്ചുറങ്ങുമ്പോഴും ബാക്കിയായൊരാ
സ്വപ്നങ്ങൾമാത്രം തലതല്ലി നെഞ്ചത്തമർന്നിരുന്നു..!

ഹൃദയശൂന്യൻ

ശുദ്ധനല്ലാത്തൊരുവന,വനെ ശുദ്ധനെന്ന വരുത്തി
നിങ്ങൾ വിശുദ്ധിതൻചിറകരിഞ്ഞു..
അശ്വമേധംനടത്താനവനും യോഗ്യനെന്ന
ചൊല്ലിക്കുറിയിട്ട് കുടിയിരുത്തി....!
ആശിച്ചതാണീയവസരമെന്നുള്ളംമൊഴിഞ്ഞുകേട്ട,
അശുദ്ധമാനസം ചിരിച്ചാർത്തു..
ഹോമകുണ്ഡപ്പുകയിലെത്ര ദയകിട്ടാജീവനുകൾ
അഗ്നിശുദ്ധിവരിച്ച് പുകഞ്ഞുയർന്നു..!

അഗ്നിവിഴുങ്ങിയതുള്ളികളിൽപ്രസാദിച്ച
പോലനേകം നിധികുംഭങ്ങളവന് സ്വന്തം !
കാടത്തംമുറ്റിയുറഞ്ഞവനി,വനൊരു കാട്ടാളൻ
കാട്ടുനീതിക്കുമപ്പുറത്തേക്കൊരുകളം
വരച്ചാസുരതാണ്ഡവമാടിത്തിമിർത്തിന്നും
നിസ്സഹായതകളുടെ നെഞ്ചിൻ കൂടുകൾ
ചവിട്ടിയുടച്ചൊര,ട്ടഹാസത്തിന്റെ ദുഃർമുഴക്കം ....!

ചതിപറ്റിയുള്ളം പിടഞ്ഞിറ്റു ദയനീർതേടി
ദിക്കറിയാതെയലഞ്ഞു ചുറ്റും !
അശുദ്ധകരങ്ങളിൽ വിശുദ്ധികൽപ്പിച്ചേകിയ
നേരംകെട്ടനേരമോർത്തുതപിച്ച
ശുദ്ധമനസ്സുകൾ ...!

നെറികെട്ടകാലത്തിൻ നേരറ്റവഴികളിൽ
ശുദ്ധികലശമതൊന്നുമാത്രമെന്നറിഞ്ഞോർ
വീണ്ടുമൊരശ്വമേധത്തിൻ ശാലതീർത്തു.
ആസുരതയുടെ നെഞ്ചിലെത്തുടിപ്പുമാറ്റാൻ
കാഞ്ഞിരമുട്ടിയിലൊരാണി തീർത്തു..
നേരിന്റെകനലിൽക്കടഞ്ഞ്
ഘൃതപാനം ചെയ്തുറഞ്ഞൊരു
കാഞ്ഞിരമുട്ടിയിലൊരാണി... !

സ്വപ്നമന്ദാരം

ബ്രഹ്മയാമത്തിലെന്നോർമ്മമലരികൾ പൂക്കുന്നത്
കാണാനെന്തുചന്തമെന്നോ...?
നിദ്രവിട്ടുണരുന്ന മന്ദസമീരന്റെ ശീതളത്തലോടലിലൊരാ
യിരം നക്ഷത്രങ്ങൾ പൂക്കുന്നതും കണ്ടുകണ്ടങ്ങിനെ
സൂര്യകാന്തിപ്പാടത്തിന്നതിരുകാണാൻ
പോകുന്നതുമെന്തുരസം... !

ഗതകാല സ്മരണികയിലെഴുതിയ പ്രണയാക്ഷരങ്ങളുടെ
തിളക്കത്തിന് ഭംഗം
സംഭവിച്ചുവെങ്കിലു,മിന്നിന്റെതാളുകളിൽ
കുറിച്ചതും നിത്യപ്രണയത്തിൻസുഗന്ധം ..!
ഗതിയൊന്നുമാത്രം..പ്രണയമനശ്വരം... !
നിത്യതയിലും കത്തിനിൽക്കും നെയ്ത്തിരി
നാളമാണതെന്നും...!

ഓർമ്മകളുടെകൂടാരത്തിലെൻശരീരമാം
വസ്ത്രമുപേക്ഷിച്ചു തിരിച്ചുവരവില്ലാ നിത്യതയിലേക്കലി
യാൻ കാലമാകുന്ന നേരമാകുമ്പോഴുമെൻ
പ്രണയമന്ദാരം പൂത്തുനിൽക്കും...
പാൽനിറമൂറുന്നയിതളും ഗന്ധവുമായ്....
പുനഃർജ്ജനിതേടിയീ പ്രകൃതിതൻ കനിവിനായ്.....!

കറുപ്പ്

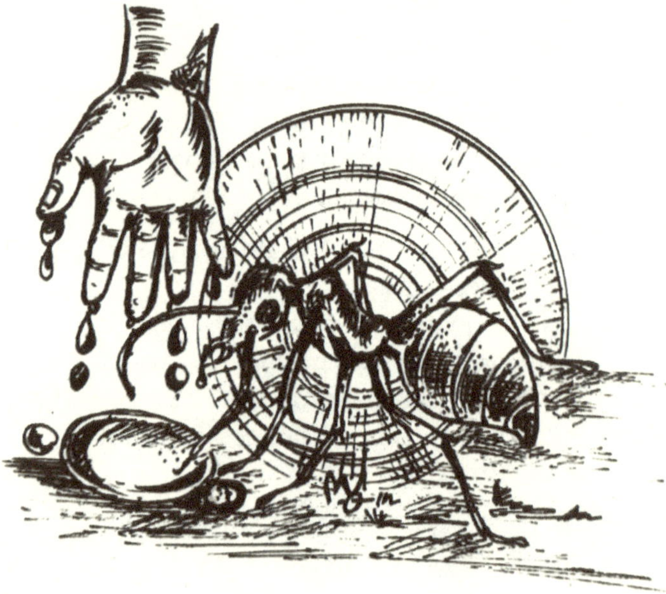

കരളുറപ്പിത്തിരി പകുത്തു തന്നീടുകിൽ,
ഈ കറുപ്പിന്റെ കുപ്പായം ഊരിമാറ്റാം..!
അസ്ഥിരനിറങ്ങൾ കൂട്ടിയ നിശബ്ദ നിഴലാണ്
നിങ്ങൾ...!
സ്ഥിരതകെട്ടൊരാ നിറങ്ങളിൽ ഭ്രമിച്ച,
അസ്ഥിത്വമില്ലാത്ത മൃതമാനസർ...!

നെറികെട്ട കാലത്തിൽ മുഴങ്ങുന്ന വാക്കുകളിൽ
നേരിന്റെയംശമൊരു ജഢരൂപിയായി...
മിഥ്യയെന്നറിയാതെ പിൻതുടർന്നൊരീ കാലുകളിൽ,
വിഷംതീണ്ടിയ കുന്തമുനകൾ തുളച്ചു കയറി...!

കാലിടറി വീണീ,മണ്ണിലൊരു
കുഴി തേടിയലഞ്ഞു നിർജ്ജല മിഴികൾ...
ഒന്നു പുതച്ചുമൂടിയുറങ്ങുവാൻ...!
ഇറ്റിറ്റു വീഴുന്ന രുധിരരുചി തേടിചോണനുറുമ്പുകൾ...!

നിറങ്ങൾ മങ്ങിത്തുടങ്ങിയ കോലങ്ങൾക്കിപ്പോൾ
കറുപ്പിന്റെ ഛായ വന്നു തുടങ്ങി...
ഇവിടെ ഈ കറുപ്പിനോളമഴക് മറ്റെന്തിനുണ്ട്..
പുറം കറുത്തതത്രേ...?
പക്ഷേ അകംവെളുത്തതും...!

കണ്ടതും കേട്ടതും കരളിലൊരു
കനലായെരിഞ്ഞു നിന്നു.. എന്നിട്ടും
അണയാൻ കൂട്ടാക്കാത്തൊരു ഹൃദയ നൊമ്പരത്തിരി
ഇന്നും കത്തുന്നുണ്ടൊരിടനെഞ്ചിൽ...!
കറുപ്പിനെ സ്നേഹിച്ചൊരീ
വെളുത്ത ഹൃദയത്തിൻ തുടിപ്പുമായി...!

ആത്മപ്രകാശം

അപരാഹ്നസൂര്യന്റെ ആഗ്നേയശസ്ത്രത്താലുണർന്നിന്ന്,
പരകായപ്രണയത്താലൊരാത്മബിന്ദു
ഉടലിന്റെ ഉഷ്ണത്തിനറുതിയാക്കിയിവിടെ
ഉയിരുമുടലും മത്സരിച്ചൊന്നായി ഏകത്വ
ചിന്തയിലലിഞ്ഞുചേരാൻ..!

ആത്മപ്രകാശത്തിന്നതിരില്ലാ വഴിതേടുമ്പോൾ
കടപുഴകിയതിരുകൾതീർക്കുന്നയടവിഴ്ക്ക്
കുറുകെനടന്ന് കാതങ്ങൾതാണ്ടി !
മതമത്,മദമായിത്തീർത്തിന്നു ഭൂമിക്ക്
ഭാരമായ്ത്തീരുന്ന പരവെളിവറ്റൊരീ
മദിച്ചാർത്തുമേയുന്ന മദയാനകൾ..!

ഇവിടെയൊരുകാഴ്ചയുംസത്യമല്ലെന്നറിയാതെ,
യഹന്തയുടെകുന്തമുന
നെഞ്ചിലേറ്റി പട്ടുമരണക്കുഴിസ്വയംകുഴിച്ച്..
പ്രകൃതിയുടെവരദാന സുഗന്ധങ്ങളൊന്നുമേ
നുകരാതെമറയുന്ന മന:നാന്തകർ...!

അന്ധതയിരുൾകെട്ടിയപകിടക്കളത്തിലെ
കഥയറിയാതാടിത്തീരും ആയുസ്സെത്താ,
ക്കരുക്കൾക്കുംചേർത്തൊരു മോചനംതേടി
അഹംബ്രഹ്മാസ്മി! എന്നാത്മബോധത്തിലേയ്ക്കൊര-
ശ്വമേധത്തിന്നാരംഭം....!

സകലതുമേകമെന്നറിയുക,അറിയിക്കുക !
ലക്ഷ്യമതൊന്നുമാത്രം!!
ശാശ്വത ജീവിതംദേഹമല്ല ദേഹിയാണെന്നും
കനിവില്ലാതാടിയൊട്ടുങ്ങിയ ദേഹിക്കുമൊരു
കീറുതുണി,യപരന്റെ ദയയാണെന്നതും
തിരിച്ചറിയുന്നമനസുകളിനിയിവിടെജനിക്ക,ജീവന്റെവില-
യതറിവാണെന്നതും തിരയുക തിരഞ്ഞതേറുക!

കനൽ മഴ

കനൽമഴനെഞ്ചിലേറ്റിയാണീ നടപ്പ്....
എപ്പോൾവേണമെങ്കിലുംപെയ്തുതീർക്കാൻ
പാകത്തിലൊരു കനൽമഴ.!
വീണ്ടുകിട്ടിയാൽ ഇനിയുമാ,മൃദുതചോരാ
മഞ്ഞുതുള്ളിയിൽനനഞ്ഞ്
താപശമനത്തിന്കാതോർത്ത്നടക്കുന്ന
പാദങ്ങളിലേയ്ക്കിറ്റിച്ച് തണുക്കാം...!

ഗന്ധർവ്വക്കാടിന്റെനടുവിലെ വടവൃക്ഷ
വേരുകളിൽത്തട്ടിവീണുപോയ മനസ്സിനെ
പാലപ്പൂമണംപേറിയെത്തുന്ന
യക്ഷിയോർമ്മകൾക്കൊപ്പം
ഭയത്തിന്റെ കൊടുമുടികയറ്റിയിറക്കുമ്പോഴും
ഒരുമിച്ചിരുന്നുനെയ്ത പാഴ്കിനാവുകളുടെ
പരിഹാസച്ചിരിമുഴക്കം...!

കൊഴിഞ്ഞുവീണയിലഞ്ഞിപ്പൂക്കളോടൊപ്പം
യാമയവനികവീഴുന്നതിൻമുൻപേ
വാനനദിയുടെ മേലാപ്പിൻചരട്
പൊട്ടിയുതിർന്നിരുന്നുവെങ്കിലാ,രാക്കുളിരിൽ
പുതച്ചൊന്നുറങ്ങാമായിരുന്നു...!

ഇന്നും പിടിതരാതെയകലുന്ന തണുശകലങ്ങളെയോർ
ത്ത് അനുതാപം മാത്രം !
തിരിച്ചറിവ് നഷ്ടപ്പെട്ടുപോയാൽപ്പിന്നെ
താണ്ടിവന്നപാതകളെല്ലാം വ്യർത്ഥം...!

നവമുകുളം

കാണാൻകൊതിച്ചങ്ങിരുന്നീ,ക്കാലംകടന്നു
പോകുന്നെന്നിട്ടും കാത്തിരുന്നൊരാ
പദനിസ്വനം കേട്ടതില്ലീ നിമിഷം വരേയ്ക്കും...!
മറവിയുടെമാറാലച്ചുമരിലൊളിപ്പിച്ചുവോ,വീണ്ടുമാ തീഷ്ണയൗ
വ്വനകാലത്തിന്റെ മധുരനൊമ്പര ഹൃദ്യമാംശേഷിപ്പുകളെ..
ആകുമോ നിനക്കതിനീ ജന്മം ബന്ധുരേ...!

ഗഗനനീലിമയുടെ ചിറകിലേറിവരുന്നൊരു വെൺമേഘ
ശകലം മറ്റൊരുദൂതുപോയിവരാനൊരുങ്ങുകയാണത്രേ...
കാലം മായ്ക്കാത്ത സുന്ദര സായന്തനങ്ങളെ തിരികെയീമ
ണ്ണിൽ പുന:ർജ്ജനിപ്പിക്കുവാൻ...
അവിടെവീണ്ടും നാമോരോ പ്രണയദലങ്ങളായ് കിളിർത്തു
പൊന്താൻ ആശയുണ്ടീ പ്രപഞ്ചത്തിനിന്നും...!

അജയ്യൻ

മോഹക്കൊടിയുടെചരടഴിച്ചുതാഴ്ത്തി യുടലറ്റശിൽപ്പമായ്
ഒരിക്കലുമുയർന്നുപറക്കാൻകഴിയാത്ത
വണ്ണമീച്ചിറകുകളിലാഴത്തിൽ
സുഷിരങ്ങൾവീണുപോയ്..
ഇനി താഴേയ്ക്ക്...!ജന്മതാപച്ചുമടുമായ്...!

താഴെയഗാധതയിൽ മുഖമുദ്രമാഞ്ഞുള്ളുങ്ങി
ഒരിക്കലുമുയർന്നുപറക്കാൻകഴിയാവണ്ണം തോറ്റുമടങ്ങുക
യാണീ നീലാകാശംവെടിഞ്ഞാ, ക്കറുത്തിരുണ്ടമണ്ണിന്റെ
മാറിലേക്കൊരുപിടിച്ചാരമായലിഞ്ഞുതീരാൻ...!

കൂട്ടിനെത്തിയനോവുകളോട് മാത്രം
കടംപറഞ്ഞൊരു മടക്കമില്ലായാത്രയുടെ
പിടിമുറക്കത്തിലുള്ളമലിഞ്ഞൊഴുകുന്ന
നൊമ്പരക്കടലിൻ യാത്രാമൊഴിയായി... !

തോൽപ്പിക്കാൻ കച്ചകെട്ടിയ തേരട്ടകൾ
ആസകലം പൊതിയുമ്പോഴും ഒരു ചിരിമാത്രമുള്ളിൽ
ബാക്കിയായി... തോറ്റത് നിങ്ങളല്ലെ...?
അതെ...! നിങ്ങളാണ്...!
വെറും ഞാനെന്നഭാവത്തിൽ മുങ്ങിത്തീരുന്ന
നിങ്ങൾ...!

ചിത്രമേഘങ്ങൾ

എത്രയുയർന്നു പറന്നിട്ടു,മെന്റേതെന്നു
നിനച്ച നീലവർണ്ണച്ചിറകെട്ടിയ
ആകാശത്തുരുത്തിലെ ചിത്രമേഘങ്ങൾ
അകലെത്തന്നെയെന്നതു തെല്ലൊന്നുമല്ല
എന്നെ ചകിതനാക്കുന്നതെന്ന്
തിരിച്ചറിയുന്നുണ്ടെന്നാലും, പറക്കുകയല്ലാതെ
മാർഗ്ഗംമറ്റേതുമില്ല...!

ചിറകിന്റെഭാരംപഴയപോലൊരു
ഉൾക്കരുത്തേകുന്നതുമില്ല..
ബാല്യകൗമാരയൗവ്വനകാലം കടന്നിപ്പോ
മധ്യകാലത്തിന്റെയും,പടികടന്നൊരുയാനം..!

കാലംനൽകിയപ്രഹരച്ചൂടിൽ തളർന്നും
കിതച്ചും, പിന്നെക്കുതിച്ചുയർന്നും കാലങ്ങളെത്ര കടന്നകന്നു...
സഹനത്തിന്റെ മൂർദ്ധന്യ മുനമ്പിൽപ്പോലും
പിടിവിടാത്തൊരുകരുണയുടെ
നിറകുടവുംപേറിയിന്നുമുയർന്നുപറക്കുകയാണ്
ലക്ഷ്യമൊന്നുമാത്രം.....!

ചിരകാലമോഹച്ചിരാതുകൾ തെളിഞ്ഞു കത്തുന്ന
സ്വച്ഛജീവിതസായന്തനത്തിന്റെ ഇത്തിരിവെട്ടത്തരികളിൽ
മിഴിനീർത്തി ശ്വാസമെടുക്കാൻ,
നെടുവീർപ്പുകളുടെ കടുംനിശ്വാസച്ചൂടിൽ
കത്തിയൂർന്ന മോഹഭംഗങ്ങളുടെ ചുടലനോട്ടമിഴികളിലൽപ്പം
പുണ്യാഹത്തുള്ളികളിറ്റിച്ച് ശാന്തി വരുത്തി
പു:നർജന്മപ്പിറവിക്ക് വഴിതെളിക്കാം..!

അധികപ്പറ്റുപുലമ്പുന്നനാവുകൾക്കും
ചേർത്തൊരു ശാന്തിഹവനം നടത്താനും
ഈ ഉയർന്നു പറക്കലിന് ലക്ഷ്യം ഭേദിച്ചേ
മതിയാകൂ....!

നിദ്ര പുൽകാനിഴലുകൾ

പാതിയുറങ്ങാമനവുമായ്പ്പുലരാൻ
മാത്രയിലും നിന്നോർമ്മകളിൽമുങ്ങി
നിറംമങ്ങി നിഴലറ്റ ചുമരുകൾക്കുള്ളിലെ,
ഏകാന്തതയുടെപ്പുതപ്പിൻ ചൂടിൽ
ഗതിയറ്റു വീണൊരു നിസ്സഹായതയുടെ
നെടുവീർപ്പിൽ മുങ്ങിയിന്നും..
നിദ്രാവിഹീനമീതപം തുടരുന്നു....!

എത്രയെത്രതരളമിഴിമുനകളിൽകൊരുത്തുചേർത്ത
നീലാംബരപ്പൂക്കൾപോലെന്നുടെ
പ്രണയവേണുനാദങ്ങളെ നീ ഗോപ്യമായ്
കൊരുത്തുവച്ചിരുന്നു..
ഋതുഭേദങ്ങളിലെ ഭാവതീരങ്ങളിൽ ചേർന്നിരുന്നു
നെയ്തുകൂട്ടിയതെത്ര വർണ്ണശീലകളായിരുന്നു...!

പ്രണയജ്വരച്ചൂടിലെത്രവട്ടം മുങ്ങിനിവർന്നു..
പരിരംഭണത്തിരയിലൊരായിരം
മോഹപുരങ്ങളുയിർകൊണ്ടുടയാത്ത ഓർമ്മ
ശിലകളായതിന്നും
മതികലതീർത്തൊരാക്കളിവഞ്ചിത്തുമ്പിലെ
മദഭര,രാവുകളെത്ര കൊഴിഞ്ഞു...!

മായ്ച്ചാലും മായാത്ത മോഹതീരത്തിലെ
മൺചിത്രനിഴലായിവിടെ നിദ്രവിട്ട രാവുകൾ
ബാക്കിയായി....!

രക്തബന്ധം

അന്തമില്ലാതിന്നും നീളുന്നകാലുകളിൽ
യാത്രതൻ പിൻവിളിപ്പൂട്ടുവീണ
പിന്നിട്ട വഴികളിലെവിടെയോ പൊയ്പ്പോയി
കാലടികളിൽ പൂതഞ്ഞതാം കാലാന്തരങ്ങളും
തിരഞ്ഞതേറും നേരത്തു മുൻപിലായി തീരത്തണയാ
തോണിയൊന്നകലെയായ്...!

തേടിപ്പിടിച്ചകമേറും നേരത്തുലഞ്ഞാടി ആഴിത്തിരമേലകപ്പെട്ടു
പോയപോൽ തിരഞ്ഞിന്നകമേ നടന്നൊരുന്മാദിയായ് ഇരുളു
പുതച്ചൊരാ ശൂന്യതയിലെവിടെയോ തപ്പിത്തടഞ്ഞിന്നു
ഞാനെന്ന സ്വത്വത്തെ...!

സ്നേഹമെന്ന,ർത്ഥമില്ലാ വാക്കിൻ മുന്നിലായ് വീതിച്ചുനൽകി
നിസ്വാർത്ഥമാം യൗവ്വനം തിളയ്ക്കുന്ന പ്രായത്തിൻ വിയർപ്പു
മണികളെ തിരഞ്ഞു നോക്കാതന്നു പകുത്തു നൽകി...!

കാത്തുനിൽക്കാതിന്നു വഴിമുറ്റിയെത്തുന്ന വാർദ്ധക്യനാളിന്റെ
പകൽ തീരവെ ചാറുവറ്റി ചെറുചണ്ടിയായിത്തീർന്നൊരീ
ചാരത്തു പോലുമടുക്കാതെയായവർ...!

വിയർപ്പിൻ മണികൾ പകുത്തെടുത്തോർ...
കണ്ടിട്ടറിയാത്ത ചാവാലിക്കോലത്തെ
കണ്ണെത്താ ദൂരത്തിന്നകന്നുപോയ്...
കൊഴിഞ്ഞകാലത്തിൻ നഷ്ടങ്ങൾ ചേർന്നാഴ്ത്തും വട്ടക്കളിൽപ്പൊ
ടിയുന്നിന്നും നിറമില്ലാ,മണമില്ലാ നിണച്ചാലുകൾ...!

ആത്മാവിൻചിതയിലെ കൽവെളിച്ചത്തെ അറിയാതെ പിൻ
തിരിഞ്ഞൊന്നു നോക്കി എന്നിട്ടുമിന്നുമീയുള്ളിന്റെയുള്ളിലെ
കിതപ്പിൻ കുറുകലിലൊളിപ്പിച്ചുവച്ചു ഞാൻ രക്തത്തിലലിയിച്ച
രക്തബന്ധം തോൽവിതന്നുച്ചിയിൽ തോറ്റവരുടെ മുൻപനായി
കരിമ്പടം പുതച്ചിരുന്നാർത്തു ചിരിച്ചു...!!

യാമയവനിക

അധരചുംബനങ്ങൾ കൊണ്ടല്ലാതെ
ഹൃദയചുംബനങ്ങൾ കൊണ്ടത്രെ,
മാസ്മരികപ്രണയഗോപുരങ്ങൾത്തീർത്തു
നാമീയവനികപ്പിന്നാമ്പുറങ്ങളിലെ
ത്രികാലനേരത്തിൻ ശ്രുതിമുനയിൽ!

ആത്മാവിലെരിയുന്ന പ്രണയനാളത്തിലിന്നും
അശ്വാരൂഢചിത്രരൂപമായ് നീ !
അഗാധസത്യത്തിന്റെച്ചൂരിലെരിയുന്നുണ്ടൊരുപിടി,
യഷ്ടഗന്ധസുഗന്ധിയാം
പ്രാണനിൽ ജ്വലിക്കുംധൂമത്തിരികൾക്കൊപ്പം...!

പഴംപാട്ടിന്റെയീണത്തിനൊപ്പം
പുള്ളുവവീണയൊന്നു പാടിയഴിക്കുന്നു മുടിത്തുമ്പുകൾ....
ഇഴഞ്ഞെത്തുന്നിണപിരിയാ
നാഗങ്ങളെപ്പോൽ
നിതംബംതുളുമ്പും മുടിച്ചാർത്തുകൾ
ഒരിക്കലും പിരിയാത്തൊരു
ഹൃദയബന്ധത്തിലുരുത്തിരിഞ്ഞപ്രണയം..!

ഇവിടെ പ്രണയഗീതികൾ മാത്രമാണെന്നും
നിതാന്തസത്യമെന്ന്പ്രാണനും പ്രണയവും !
നിശയിലലിയുന്ന നിഴലുപോലെയത്,
നിത്യതയാണെന്നതും
നിശബ്ദ മൗനങ്ങൾകൊണ്ട് സാക്ഷ്യപ്പെടുത്തുന്നു....
വിശ്വംമുഴുവൻ പാടിത്തീരാത്ത കാവ്യമായ് ഇന്നും തുടരുന്നു...
അധരചുംബനങ്ങൾക്കപ്പുറത്തേയ്ക്കൊരു ഹൃദയചുംബനം...!

മണ്ണിന്റെ ദുഃഖം

കറ്റകളറ്റുകളകളറ്റു കളമെഴുത്തിൻ പാട്ടിന്നീണമറ്റു...
കലപില കൂട്ടുംകിളികളറ്റു കളകളമൊഴുകുമരുവിയറ്റു... !

പൂമണമറ്റു മരവുമറ്റു, പൂക്കളം തീർക്കുന്ന മുറ്റമറ്റു...
പുലർവേളപ്പുലരിതൻ പുതുമയറ്റു
പുഞ്ചിരിയ്ക്കുള്ളിലെ നന്മയറ്റു...!

മണ്ണിന്റെ മാറിനെ കുത്തിനോവിച്ചൊരാ
മനുജപ്പിശാചുക്കൾ പല്ലിളിച്ചു..
കരിയുന്ന കാടുകൾ, മേടുകൾ പുഴകളും കരയുന്ന
കടലും കരിമണൽത്തീരവും...!

പുഴയിലും വയലിലും വഴിയോര വക്കിലും
പുതയ്ക്കുന്ന വിഷുചിതൻ വിഷവിത്തുകൾ...
പുതുമഴ പുതപ്പിയ്ക്കും പുതുമണ്ണിൻ ഗന്ധമീ
ധരണിയിൽ കിട്ടാക്കടങ്ങളാക്കി...!

പകരമീയുണരും പുലർകാലവേളയിൽ
നാറും ശവത്തിൻ മരണഗന്ധം..
നുരയ്ക്കുന്ന കൃമികളിലിരതേടും കൃപണർ
ഇരുകാലി മൃഗങ്ങൾ വെറും ശവംതീനികൾ...!

മലയാള നാടിൻ രുചിപോയ്മറഞ്ഞിന്നു
മലയാണ്മതന്നുണ്മയും മാഞ്ഞുപോയി ശവംതീറ്റി
നാടിന്റെ ശാപമായ് മാറുമ്പോൾ രോഗത്തിൻ
കൊട്ടാരക്കെട്ടിലമർന്നു നാം...!

ദൈവത്തിൻനാടെന്നു പുകൾപെറ്റ കേരളം
ചെകുത്താനും വേണ്ടെന്നമട്ടിലായി.
കണ്ടില്ല കേട്ടില്ലറിഞ്ഞുമില്ല നാടുവാഴും
പൊന്നുതമ്പുരാന്മാർ...!
ദൈവത്തിൻ നാടിൻപുരോഗതിതൻ

ചിതൽതിന്നചിത്രം വിചിത്രമെന്ന്...!
പഴമയുടെ വഴികളിലാടിയ കൈതോല
പഴയൊരീ നാടിന്റെ സംസ്കൃതിയെന്നോർക്ക...!

ഇലഞ്ഞികൾ പൂക്കുമാകാവിന്റെയുള്ളിലെ
പുള്ളുവൻ പാട്ടിന്റെ ശീലുകളും
കൊയ്ത്തെടുത്താറ്റിപ്പൊലിയളക്കും
നേരം മീതേപ്പറന്നോണത്തുമ്പികളെ,
മിഴിചിമ്മി നോക്കും കറ്റക്കിടാങ്ങൾതൻ
മുഖബിംബം മിന്നുന്നൊരോർമ്മയായി...!

മകരക്കുളിരിന്റെ തണുവാറ്റുവാനന്ന് കരിയിലച്ചൂടിൻ
പുതപ്പണിഞ്ഞും കർക്കിടകക്കൈകളിലൂർന്നൊരാ
തുള്ളികളിൽ നനഞ്ഞൊട്ടിയ ന്നക്ഷരമുറ്റത്തുനിന്നതും
മായാതെ നിൽക്കുമെന്നോർമ്മതൻ വഴികളിൽ
പൊടിയുന്നെൻ നെഞ്ചിലെ കൂർത്തനോവായ്...!
നിറയുന്നിരുമിഴിക്കോണുകളും മായാത്ത മറയാത്ത
സംസ്ക്കാര വിത്തുകൾ മുള പൊട്ടിയുണരുവാൻ
വെമ്പുമീ മണ്ണിന്റെ രോധനംകേൾക്കുവാൻ
കഴിവില്ലാജന്മങ്ങൾ... ഓർക്കുക !
നമ്മൾതൻ പൈതൃകംവിട്ടിട്ട് ഓടുവാനാകില്ല
മറ്റേതൊരു ദിക്കിലും...!

പ്രണയസത്യം

നോവുകൾകൊണ്ട് തിരശീലതെറുത്ത് ഉരുകിയൊഴുകുന്ന
നൊമ്പരജലത്തിലെരിയുംകൽവിളക്കിലെ
ജ്വാലയായ്ത്തീരാൻ വെമ്പുന്നുണ്ടെന്നൊരു ചകോരമാനസം

പ്രാണനിൽകൊരുത്തൊരു
പ്രണയശിഖയിലെ ദീപനാളത്തിൽ,
അണയാജ്വാലയായ് ജ്വലിച്ചുണരുന്ന
മുഗ്ദത തീർത്തശിഖരബലത്താൽ
ചേർത്തണച്ചനടകൊള്ളുമീ പ്രാണനിൽ
ശ്വസനഭംഗം വരുവോളമെന്നൊരു
പ്രണയനാവുംമറുമൊഴിചൊല്ലി

കടംകൊണ്ടജന്മങ്ങൾ നിങ്ങൾ
വഴിമാറിപരിതപിക്കുക വെറുതേയെന്നും
സുഖദുഃഖമത് നേരിന്റെയിരുഭാവമെന്നും
ഇരവും,പകലുമെന്നതുപോലെമാറ്റമില്ലാ
ഗതിചക്രവീഥികളിലെ മായാപ്പാട്ടുകളെന്നതും
പ്രകൃതിമൊഴിയായ്

പ്രാണനുംപ്രണയവും വിശുദ്ധിയുടെ
കുമ്പിളിൽ നിറച്ചുനൽകി പ്രണയകുസുമങ്ങളായ്
വിടർന്നെത്ര ദലമർമ്മരങ്ങളുതിർക്കുന്ന
കേളീവിപിനമിത്, കവിഭാഷ്യം
ഇരുഹൃദയനൊമ്പരങ്ങളില്ലെങ്കിലിവിടെ
പ്രണയമധുരമില്ലെന്നതും,
വിരഹവും നോവും,ചേർത്തുവച്ച,
വസന്തസുഗന്ധമല്ലേ പ്രണയമെന്നതും
പ്രണയസത്യം

കാത്തിരിപ്പ്

കാത്തിരിപ്പിന്നതിരുമുട്ടിയിരുപ്പാണിവിടെ
യെൻ പൊന്നാതിരേ...
കാണാതിരിപ്പറയ്ക്കില്ലെന്നതും,പകൽ
വെട്ടമായൊരുസത്യരൂപമായൊന്നു
മിന്നിപ്പടർന്നെന്നിലേയ്ക്ക് പകർന്നെന്നോ നീ ചേർന്നതല്ലേ

പൊൻവാകപ്പൂവി,ന്നിതളുവിരിച്ചൊരീപ്പാത
യോരച്ചാരുബഞ്ചിലെൻ മുഖമമർത്തി
നെഞ്ചിലെ മിടിപ്പിൻഗതികൂട്ടിയകലേയ്ക്ക്
ചോരുംമിഴിചേർത്തിരിപ്പിതിനന്ത്യത്തിലാനിലാപ്പൂവിൻ
ചന്തംതുളുമ്പുമാ,മുഖശ്രീ
പാർത്തൊന്നുള്ളംതണുക്കാൻ

മാൻമിഴികൾ,മൊഴിയും,പ്രണയവശ്യതയിൽ
മുങ്ങിനിവർന്നാ,പ്പവിഴാധരമധുര,നീർ
നുകർന്നനുഭൂതി പൂക്കുമാ,പ്രാണനികുഞ്ച
പൊയ്കയിലെ,യാമ്പൽമുകുളത്തിൻ
മുകുളമുനയിൽച്ചുംബിച്ചുണർത്തി,
യെന്നാത്മാവിൻ
തുടിപ്പിന്ഭാഗമാക്കാൻ...

അതിലുണരും പുതുനാമ്പിന്നു,യിരേകി
ഉടലേകി,തണലേകിയി,പ്പാരിലൊരു ബിംബമായ്
നമ്മിലെ പ്രണയാംശരൂപത്തെ,
പ്പുലർത്തിയൊട്ടുവിലവരുതീർക്കും
പ്രണയഗീതികളിൽ,നമ്മളനശ്വരകാവ്യമാകും
അതിലൂടെനാം വീണ്ടുമുയിരെടുക്കും!
അനശ്വരപ്രണയത്തിൻതൽപ്പമാകും...
നീയരികിലണഞ്ഞീടുകിൽ മാത്രം.!

സ്ത്രീജന്മം

പെണ്ണുകാണലെന്ന കച്ചവട ക്കാഴ്ചയിലവൻ മൊഴിഞ്ഞു...
നിന്റെ ഇഷ്ടത്തിനപ്പുറമെനിക്കൊന്നുമില്ല...
നീയെന്റെ പാതിയല്ലേ...?
പൊളി പറഞ്ഞന്നവളെപാട്ടിലാക്കി
താലിയെന്നചുരുക്കെഴത്തിലവളെ വിലക്കെടുത്തു..!

ആദ്യത്തെഗർവ്വിന്റെ ചുറിച്ചു നോട്ടത്തിലവൾ മിഴിച്ചിരുന്നു...
ആദ്യരാത്രിയുടെ അന്ത്യയാമത്തിലവന്റെ മേശയിൽ
കിട്ടിയകാശിൻ തിട്ടം കുറിച്ചവൾ ശീലമില്ലാരാവിലാ

പാതിമയങ്ങിയമിഴികളുമായ്,
കണക്കുകൾ തീർത്തവൻകണ്ണിലവളുടെ
മേനിമുഴപ്പിലു,ണർന്നൊരുവ്യാഘ്രമായ് ..!

താൻ കണ്ട കിനാവിന്റെ നെഞ്ചിലേക്കന്നാദ്യമായ്
ആഴ്ന്നൊരാ നോവിന്റെ ശൂലമുനത്തുമ്പിൽപ്പിടഞ്ഞവൾ!
മറുനാളിലവളിലെ,സ്ത്രീത്വത്തിനവനിട്ടൊരു മതിപ്പുവില...!

ഭാര്യയാണെന്നതോർക്കുക നീയെന്നും!
വസ്ത്രണം,വിളമ്പണം, അലക്കണ,മൊട്ടുക്കം
നിശയിലെന്റെ
പൂർത്തീകരണത്തിന്നു,പകരണമാകണം നിശ്ചയം...!

പെറണം,പുലർത്തണം,മക്കളെ
വീണ്ടുമെൻ കാമനിശകളിൽ
വേശ്യപോൽഭോജ്യമാസ്ത്തീരണം...
അതു തന്നെയാണെന്നും ധർമ്മപത്നിതൻ കടമ!

നിനക്കു തനിച്ചൊരിച്ഛയി,ല്ലൊരിക്കലും
പതിയാമെന്റെനിഴലിലാണെന്നും നീ...ഭാര്യ..!!
ഉണ്ണാനുടുക്കാനും പിന്നെ നിന്റെ ദാഹശമനത്തിനീ
ശരീരബലവും പോരെ,യെന്നൊരുവിഡ്ഢിവേഷത്തിൽ
എരിഞ്ഞമരുന്ന സ്ത്രീജന്മങ്ങളെത്രയോ..?

ഹേ...! മൂഢ കുലജാതാ...
സ്ത്രീ...! അവളുമൊരു വ്യക്തിയാണെന്നതു മറന്നു നീ...
നിന്നിലുംമേലേ വ്യക്തിത്വമുള്ളവൾ...!

സ്വപ്നങ്ങളുടെ ചിറകിലെ സ്വർണ്ണത്തൂവലാണവൾ...'
നിന്റെ സ്വാർത്ഥ മോഹത്തിലമരേണ്ടവളല്ലവൾ...
ഈ പ്രകൃതിയുടെ തിരുശേഷിപ്പാണവൾ...
സ്ത്രീ...!
ഈ ഭൂമിയുടെ മകളായ്പ്പിറന്നവൾ...!
നിന്റെ കാലടി മണ്ണിലെപ്പൂവല്ലിവൾ...!

ഹൃദയതാളം

പ്രണയമത് എനിക്ക് എന്നിലെ നിന്നോടായിരുന്ന
നീയതറിഞ്ഞിരുന്നുവെന്നതെന്റെ
മൂഢചിന്തയായിരുന്നുവോ
എന്റെമിഴിത്തിളക്കങ്ങളിലൂടെന്നിലെ,
ഹൃദയരാഗമതറിഞ്ഞിരുന്നു നീ എന്നതും,
വ്യർത്ഥചിന്തയിലെതെറ്റുകളായിരുന്ന
എന്നതുമറിഞ്ഞിരുന്നില്ല ഞാൻ..!

നിന്നോടൊപ്പമെൻ പ്രണയസുകൃതമത്
നേരാകുമെന്നതും
നേരല്ലാത്തൊരു,നേരായതും
എന്നിലെ പ്രണയത്തിനൊപ്പം
നീ നടന്നിരുന്ന എന്നതതിമോഹമെന്നും,
നിന്നിൽ ഞാനില്ലായിരുന്നുവെന്നതും,
എന്നിൽ നീ മാത്രമെന്നതും
സത്യമായി ശേഷിക്കുമ്പോഴും
പാതിവഴിയിൽ തനിച്ചാക്കി നീയകലുമ്പോഴും
പ്രണയത്തിനൊരുസത്യമുണ്ടെന്നതു,
മറക്കാനാവുമോയെൻ,
പ്രാണന്റെപാതിയാം പ്രണയമേ..

ഒറ്റയിലത്തണൽ

കൂടെപ്പിറന്നതല്ലെങ്കിലും
നിന്നുടപ്പിറപ്പല്ലേ ഞാൻ
ഞാൻകൊയ്തൊരുമണിയാണെങ്കിലും
നാമൊന്നിച്ചുണ്ടവരല്ലേ...
നീയൂറ്റിയ മതിരത്തുള്ളികൾ
ഒന്നിച്ചപ്പകുത്തവരല്ലെ...

നീയൂതിയ പുകയുടെ
ചൂരിൽ ഒന്നായ്നാമാടിയോരല്ലേ
ഒരു കീറപ്പായുടെമടിയിൽ
നാമൊന്നിച്ചുറങ്ങിയൊരല്ലേ...
ഞാൻ തുന്നിയ കുപ്പായത്തിൽ
നീയും കുളിരാറ്റിയതല്ലേ...

നീ കൊള്ളുംവെയിലിലിൻ മറയായ്
കുടയായ് ഞാൻ മാറിയതല്ലേ...
നിൻ വഴിയുടെ മുൾമുന മുന്നിൽ
ഞാൻ പാദുകമായവനല്ലെ...
നിൻ വിജയപ്പടവിൻ ചോട്ടിൽ
ഞാൻ കോണിപ്പടിയായില്ലേ...

നിൻ വിജയക്കൊടിയുടെയൊപ്പം
കാറ്റായ് ഞാൻ നിന്നവനല്ലേ...
എന്നിട്ടുമിതെന്തേ മണ്ണിൽ
ഞാനെന്നോരൊറ്റയിലത്തണൽ
ഒറ്റയ്ക്കായ്പ്പോയതറീലാ....!

ഇടമില്ലാത്തവൻ

ഒരു കൂരവെയ്ക്കാനിത്തിരി
മണ്ണില്ലാത്തവന്റെവേദന
നിങ്ങൾകണ്ടിട്ടുണ്ടോ ?
വിശ്വസിച്ച് കൈപിടിച്ച പെണ്ണിന്
ഒരു നേരത്തെ ആഹാരം നൽകാൻ
കഴിവില്ലാതായിപ്പോകുന്നവന്റെ ഹൃദയഭാരം
മൊട്ടക്കുന്നുകളിൽ സൂര്യതാപമേറ്റ്
തിളയ്ക്കുംപോലെ അസഹനീയമാണ്...!

സ്വന്തം രക്തത്തിൽപ്പിറന്ന കുഞ്ഞിനും ചേർത്ത്
തണലൊരുക്കാൻ വെമ്പുന്ന മനസ്സിനെ കണ്ടിട്ടുണ്ടോ... ?
ഒരു കരസ്പർശത്താൽ കരകയറ്റാമെന്നിരിക്കിലും
നിർദ്ദാക്ഷിണ്യം തട്ടിയകലുന്ന കൈകളെ കണ്ടിട്ടുണ്ടാവുമോ..?
വാടകവീടെന്നധികഭാരത്തെ മുതുകിലേറ്റി
ജീവിതത്തിനോട് സന്ധിയില്ലാപ്പോരാട്ടം
നയിക്കുന്നവന്റെ നിറകണ്ണുകൾ കണ്ടിട്ടുണ്ടോ...?

നാട്ടുനടപ്പിന്റെ മാനം കാക്കാൻ കല്യാണത്തിനും
പാലുകാച്ചിനും പേരിടീലിനും എന്നുവേണ്ട
സകലമാന വിളികൾക്കും മുന്നിൽ
ഉള്ള് കരഞ്ഞുകൊണ്ട് പുറം ചിരി
കാട്ടുന്നവന്റെ ഉൾത്തുടിപ്പിന് സൂചിമുന നോവാണേ....!

എത്ര നൊന്താലുംതന്റെ ശിരസ്സിലേറ്റുന്ന ഭാരത്തിന്റെ
കണക്കുപുസ്തകമില്ലാത്തവന്റെ മനസ്സ്
ശിവംപോയ ശവം പുതയ്ക്കാനിത്തിരി
മണ്ണില്ലെന്ന ദുഃഖഭാരത്തിലുരുകുകയാവും...!

www.ingramcontent.com/pod-product-compliance
Lightning Source LLC
LaVergne TN
LVHW090412051026
849518LV00006B/2322

* 9 7 8 8 1 9 5 9 6 4 5 4 3 *